महिलांच्या सत्तासंघर्षाचा आलेख

डॉ. वैशाली पवार

प्रस्तावना

डॉ. बाबा आढाव

डायमंड पब्लिकेशन्स

महिलांच्या सत्तासंघर्षाचा आलेख

प्रा. डॉ. वैशाली पवार

Mahilanchya Sattasangharshacha Aalekh

Prof. Dr. Vaishali Pawar

प्रथम आवृत्ती : २०१२

ISBN 978-81-8483-475-8

© डायमंड पब्लिकेशन्स, पुणे

अक्षरजुळणी

डायमंड पब्लिकेशन्स, पुणे

मुखपृष्ठ

शाम भालेकर

मुद्रक

रेप्रो नॉलेज कास्ट लिमिटेड, ठाणे

प्रकाशक

डायमंड पब्लिकेशन्स

२६४/३ शनिवार पेठ, ३०२ अनुग्रह अपार्टमेंट

ओंकारेश्वर मंदिराजवळ, पुणे-४११ ०३०

☎ ०२०-२४४५२३८७, २४४६६६४२

info@diamondbookspune.com

ऑनलाईन पुस्तक खरेदीसाठी भेट द्या

www.diamondbookspune.com

प्रमुख वितरक

डायमंड बुक डेपो

६६१ नारायण पेठ, अप्पा बळवंत चौक

पुणे-४११ ०३० ☎ ०२०-२४४८०६७७

प्रस्तावना

लोकसभेत 'महिला आरक्षण विधेयक' रेंगाळले आहे. स्त्रीभ्रूणहत्या विरोधात 'लेक वाचवा' मोहीम माध्यमांनी सुरू केली आहे. फुले-शाहू-आंबेडकरांच्या महाराष्ट्राच्या लोकसंख्येतील स्त्री-पुरुष तुलनेत स्त्रियांचे प्रमाण सतत ढासळत आहे. अशा या काळात डॉ. वैशाली पवारांचे 'महिलांच्या सत्तासंघर्षाचा आलेख' हे पुस्तक प्रसिद्ध होत आहे. त्यातून अशा प्रश्नांवरील विचारांना चालना देण्याचे योग्य प्रयोजन साधले जात आहे. वैशाली पवारांनी उदारमतवादी प्रवाहाची सुरुवात सेवासदनच्या संस्थापिका रमाबाई रानडे व शारदाबाई पवार यांच्या कार्याचा परिचय करून देत केली आहे. भारताने संसदीय लोकशाहीचा मार्ग स्वीकारला आहे. 'एक माणूस, एक मूल्य' या प्रणालीने स्त्री-पुरुषांना निवडणुकीत मतदानाचा समान हक्क प्राप्त झाला आहे आणि १९५२ सालच्या पहिल्या निवडणुकीपासून तो बजावला जात आहे. मतहक्कात समानता असली तरी उमेदवारीत समानता पाळली जात नाही. यासंबंधीचे उल्लेख लेखिकेने फार प्रयत्नपूर्वक उपलब्ध करून पुस्तकात दिले आहेत. यातील विनोदाचा भाग म्हटले तर, कोकणातील अनेक मतदारसंघात स्त्रियांची संख्या मोठी आहे. परंतु तेथेही पुरुष उमेदवारच निवडून आले आहेत. राजकीय पक्षातील स्त्रियांनी उमेदवारीची मागणीही नेटाने केल्याचे दिसत नाही. कदाचित, आरक्षणानंतर ही स्थिती पालटेल. ग्रामपंचायत, पंचायत समित्या, जिल्हा परिषद, नगर परिषद, महानगर परिषदेत आता स्त्रियांची बहुसंख्या होत आहे. पुणे महानगरपालिकेत नुकत्याच झालेल्या निवडणुकीत स्त्री-पुरुष संख्या ७६ : ७४ अशी झाली आहे. महापौरपदी वैशाली बनकर या महिलेची निवड झाली आहे. मुंबई महानगरपालिकेत हेच घडले. मात्र स्थायी-समिती अध्यक्षपदे पुरुष घटकांकडेच गेली आहेत. महापौरपद तसे शोभेचे आहे. जामदारखान्याच्या चाव्या स्थायी-समिती अध्यक्षांच्या हातात असतात. ही स्थितीही यथावकाश पालटेल असे मला वाटते. आंतरराष्ट्रीय पातळीवर काही राष्ट्रांच्या प्रमुखपदी महिला विराजमान झाल्या आहेत आणि या महिला स्वतंत्रपणे विचार करून मांडणी करीत आहेत. मध्यंतरी अमेरिकेच्या परराष्ट्रमंत्री हिलरी क्लिंटन, बांगला देशाच्या शेख हसीना, पाकिस्तानच्या परराष्ट्रमंत्री हिना रब्बानी, तमीळनाडूच्या मुख्यमंत्री

जयललिता, उत्तरप्रदेशच्या माजी मुख्यमंत्री मायावती, पश्चिम बंगालच्या मुख्यमंत्री ममता बॅनर्जी इ. महिलांनी दक्षिण आशियात शांतता नांदावी यासाठी जाहीररीत्या आवाहन केले. या यादीत काही नावे अनवधानाने राहून जाण्याची शक्यता आहे. माझा मुद्दा स्पष्ट करण्यासाठी हे उदाहरण मी देत आहे.

काही दिवसांपूर्वीच महाराष्ट्र विधानसभेतील लढाऊ नेत्या मृणाल गोरे व आझाद हिंद सेनेतील कॅप्टन लक्ष्मी यांचे निधन झाले. मृणालताईंनी स्त्री-पुरुष भिंतीला तडा देऊन विधानसभेत तडाखेबंद पायंडा पाडला. विचारांच्या जगतात स्त्री-पुरुष भेदाला स्थान नाही हे सिद्ध झाले.

लोकसभेतील आरक्षण विधेयक मान्य झाले तर हीच स्थिती भारतात होण्याची शक्यता आहे. भारताचा चेहरा बदलण्याचे क्रांतिकारक कार्य स्त्रियांच्या वाट्याला आलेले आहे. मी समाजवादी चळवळीत वाढलो. शेतकरी-कामगारांच्या नेतृत्वाचा आम्ही जयजयकार केला. आता महिला आगेवान झाल्या आहेत. क्रांतीचे नेतृत्व करीत आहेत. त्यातही कष्टकरी महिला आघाडीवर आहेत.

वैशाली पवारांनी उदारमतवादाचा उल्लेख केला आहे. संसदीय मार्ग हा उदारमतवादी असतो, व उदारमतवाद क्रांतिकारी ठरत नाही, असे बोलले जाते. माझ्या मते, भारतीय संदर्भात दुनियेला वेगळे दर्शन घडण्याची शक्यता आहे. वैशाली पवारांनी असा आगळावेगळा विषय हाताळला आहे. त्यांचे पुस्तक संशोधनात्मक व परीक्षणात्मक आहे. राजकारण व राजकीय सत्ता या संदर्भात भारतीय स्त्रिया संसदीय मार्गाने समतेची क्रांती प्रज्वलित करतील याची मला खात्री वाटते. पुस्तकाच्या नावातच वैशाली पवारांनी सत्तासंघर्ष असा शब्दप्रयोग वापरला आहे. नारी आणि संघर्षाचा नारा अशी बेमालूम जुळणी झाली आहे. स्त्री मुक्तीसाठी चाललेला संघर्ष अंतिमत: समतेचे मूल्य सांस्कृतिक पातळीवर मनोमन स्वीकारण्यासाठीच परिणत होईल. त्यासाठी विषमतेची परंपरागत पाळेमुळे उखडून टाकावी लागतील. हे सर्व केवळ राजकीय परिवर्तनाने होणार नाही. त्यासाठी सांस्कृतिक पातळीवर सतत संघर्षाची भूमिका बजावावी लागेल. स्वातंत्र्य, समता, बंधुता, लोकशाही, समाजवाद, विज्ञाननिष्ठा, धर्मनिरपेक्षता ही मूल्ये भारतीय संविधानाने स्वीकारली आहेत. महिलांच्या राजकीय सक्रिय सहभागाने मूल्यपरिवर्तनाला निश्चित चालना मिळेल अशी आशा बाळगू या. भारतातील सत्ताधारी काँग्रेसपक्षाच्या नेतेपदी महिला आहेत; तर भाजपच्या विरोधीपक्ष नेत्या सुषमा स्वराज आहेत. सोनिया गांधी आपण स्त्री आहोत हे विसरत नाहीत हे विशेष.

डॉ. बाबा आढाव
अध्यक्ष, महात्मा जोतीराव फुले समता प्रतिष्ठान, पुणे

मनोगत

'महिलांच्या सत्तासंघर्षाचा आलेख' हा ग्रंथ वाचकांपुढे सादर करताना मला मनापासून आनंद होत आहे. या पुस्तकात विश्लेषणासाठी उदारमतवाद, राजकीय वगळण्याची प्रक्रिया आणि राजकीय समावेशन प्रक्रिया या संकल्पनांचा वा विचारांचा उपयोग केला आहे. उदारमतवादी राजकीय विचारांच्या चौकटीत महिलांनी राजकीय जीवनात सत्तासंघर्ष केला. हे मांडण्याचा प्रयत्न या पुस्तकात केला आहे. उदारमतवादी राजकारण कसे घडले हे समजून घेण्यासाठी रमाबाई रानडे व शारदाबाई पवार यांसारख्या ग्रामीण व शहरी अशा दोन वेगवेगळ्या टोकांच्या उदाहरणांचा ऊहापोह येथे केला आहे. रमाबाई रानडे व शारदाबाई पवार यांच्यावर उदारमतवादाचा प्रभाव होता. त्यांनी उदारमतवादाच्या कल्पना सार्वजनिक जीवनात उपयोगात आणल्या होत्या. ही चौकट १९६२ पासून २००९ पर्यंत दिसून येते. या चौकटीत या पुस्तकात विश्लेषण केलेले आहे. याशिवाय या पुस्तकात सावित्रीबाई फुले, ताराबाई शिंदे, जनाक्का शिंदे यांची दृष्टी घेऊन विश्लेषण केलेले आहे; कारण महिला-पुरुष, धर्म, जात, सत्ता या चलांच्या आधारे विश्लेषण केलेले आहे. यामुळे या पुस्तकात थेटपणे सावित्रीबाई फुले, ताराबाई शिंदे व जनाक्का शिंदे यांच्यावर लेख नसले; तरी त्यांनी वापरलेली विश्लेषण पद्धती १९६२ ते २००९ या दरम्यानच्या विधानसभांच्या निवडणुकांचे विश्लेषण करण्यासाठी उपयोगात आणली आहे. सावित्रीबाई फुले, ताराबाई शिंदे व जनाक्का शिंदे यांचा महिला मुक्तीचा विचार आणि सामाजिक वगळण्याची प्रक्रिया व राजकीय समावेशनाची प्रक्रिया यांचा या पुस्तकात संबंध जोडण्यात आला आहे. ही या पुस्तकात वापरलेली अभ्यासपद्धती आहे. १९६२ ते २००९ या काळात झालेल्या महाराष्ट्र विधानसभेच्या निवडणुकांमधील संख्याशास्त्रीय माहितीच्या आधारे तसेच महिला व पुरुष या दोन चलांच्या आधारे महिला व पुरुषांचे राजकीय समावेशन, राजकीय सहभाग, राजकीय सत्तेत त्यांना मिळालेला वाटा यांचे तुलनात्मक विश्लेषण या पुस्तकात केले आहे. गेल्या ५० वर्षांत पुरोगामी महाराष्ट्रात विधानसभा पातळीवर महिला या घटकाचे राजकीय समावेशन (Political Inclusion)

घडून आले नाही; तर याउलट महिलांना राजकीयदृष्ट्या वगळण्याचीच प्रक्रिया (Political Exclusion) घडून आली आहे. हे सत्य या पुस्तकातून ठळकपणे मांडण्यात आले आहे. महिला या घटकाचे स्वतंत्रपणे राजकारण घडत नाही. निवडून आलेल्या महिलांमार्फत महिला हितसंबंधाचे राजकारण घडण्याऐवजी पितृसत्ताक हितसंबंधाचे राजकारण घडत आहे. स्थानिक स्वराज्य संस्थांमध्ये महिलांचा राजकीय समावेश ५० टक्क्यांपर्यंत वाढत गेला. तरीसुद्धा विधानसभा व लोकसभा पातळीवरील महिलांचे समावेशन अत्यल्प आहे. तेदेखील पितृसत्ताक नियंत्रणाखाली घडणारे समावेशन आहे. महिलांना राजकीय सत्तेतूनदेखील वगळण्याचीच प्रक्रिया विधानसभा पातळीवर घडून आली आहे, हे आतापर्यंतच्या महाराष्ट्र मंत्रिमंडळाच्या अभ्यासातून पुढे आलेले सत्य या ठिकाणी मांडण्यात आलेले आहे. महिलांना राजकीय क्षेत्रातून वगळण्याची प्रक्रिया किंवा त्यांचे समावेशन घडून येत नाही ही भारतीय लोकशाहीची मर्यादा आहे. ही या पुस्तकातून स्पष्टपणे मांडली गेली आहे.

या पुस्तकास ज्येष्ठ सामाजिक कार्यकर्ते डॉ. बाबा आढाव यांनी प्रस्तावना लिहिली आहे. त्यांचे मी मन:पूर्वक आभार मानते. प्रा. डॉ. प्रकाश पवार यांनी मला मुद्दे सुचविण्यात मदत केली, अभ्यासपद्धती समजावून दिली. त्यांच्या मार्गदर्शनामुळेच हे पुस्तक साकार होऊ शकले. डॉ. सुहास पळशीकर, डॉ. राजेश्वरी देशपांडे, डॉ. नितीन बिरमल, डॉ. संज्योत आपटे, डॉ. नीता बोकील, श्री. विवेक घोटाळे, प्रा. पंडित लावंड यांच्याकडून मला संशोधनाची प्रेरणा मिळाली. त्याबद्दल त्यांचेही मी आभार मानते.

पुणे विद्यापीठाच्या 'बीसीयूडी'मार्फत 'महाराष्ट्र विधानसभा पातळीवरील महिला नेतृत्वाचा अभ्यास' या संशोधन प्रकल्पाला संशोधनासाठी अर्थसाह्य मिळाले. त्या संशोधन प्रकल्पातून प्रेरणा घेऊन मी त्यापुढील काम केले. म्हणून मी त्यांचे मन:पूर्वक आभार मानते. पुणे विद्यापीठाच्या बीसीयूडीमार्फत सी. टी. बोरा महाविद्यालय, शिरूर येथे संशोधक प्राध्यापकांची विभागीय कार्यशाळा घेण्यात आली होती. त्या कार्यशाळेत डॉ. यशवंत सुमंत, डॉ. राजा दिक्षित, डॉ. श्रीकांत परांजपे व प्राचार्य नंदकुमार निकम यांनी या विषयावर केलेल्या चर्चा उपयुक्त ठरल्या. त्याबद्दल मी त्यांची आभारी आहे.

श्रीमती प्रभाताई झाडबुके (बार्शी), श्रीमती रूपलेखा ढोरे (मावळ), कमल ढोले पाटील (पुणे), सौ. मनिषा निमकर (ठाणे), मिनाक्षी पाटील (अलिबाग) या महिला आमदारांनी दिलेली माहिती, त्यांच्याशी झालेली चर्चा व त्यांनी सुचविलेले नवनवीन मुद्दे यांमुळेच हे पुस्तक नव्या मुद्द्यांसह प्रकाशित करता आले.

प्राचार्य डॉ. शोभा इंगवले (श्री. शाहू मंदिर महाविद्यालय, पर्वती, पुणे), प्राचार्य रमेशचंद्र सूर्यवंशी (कला व वाणिज्य महाविद्यालय, कळंब, ता. इंदापूर, जि. पुणे), प्रा. डी. डी. पठारे, प्रा. नेहा नलावडे, प्रा. राणी पवार, श्री. अजित पवार, श्री. पोटे एस. एच, ग्रंथपाल प्रा. प्रियांका चासकर, साहाय्यक श्री. सलगर सी. पी. व ग्रंथालयातील त्यांचे सर्व सहकारी (श्री. शाहू मंदिर महाविद्यालय, पर्वती, पुणे) यांचीही मी आभारी आहे.

श्री. नितीन पवार (सरचिटणीस, महात्मा जोतीराव फुले समता प्रतिष्ठान, पुणे) यांनी नवे मुद्दे सुचविले. त्यांच्याशी झालेली चर्चा मला अभ्यासासाठी उपयुक्त ठरली. त्याबद्दल मी त्यांची ऋणी आहे. डॉ. निलेश दांगट, डॉ. तानाजी साळवे, डॉ. संगिता साळवे, श्री. अशोक वाघमारे, प्रा. निशा मोरे, श्री. चंद्रकांत चव्हाण, सौ. शकुंतला चव्हाण व तन्मय पवार यांनी प्रस्तुत अभ्यासासाठी भरघोस मदत केली. त्याबद्दल त्यांची मी ऋणी आहे.

या पुस्तकाच्या प्रकाशनाची जबाबदारी 'डायमंड पब्लिकेशन्स'ने उचलली. त्याबद्दल प्रकाशक दत्तात्रेय पाष्टे आणि निलेश पाष्टे यांचेही मी आभार मानते.

राज्यशास्त्राचे विद्यार्थी, प्राध्यापक, स्त्री अभ्यास केंद्राचे अभ्यासक, पत्रकारितेचे अभ्यासक, आकाशवाणी, वृत्तपत्रे, वृत्तवाहिन्या, पत्रकार, विविध राजकीय पक्षांचे नेते, महिला संघटनांचे अभ्यासक, कार्यकर्ते, स्पर्धा परीक्षांचे विद्यार्थी, सार्वजनिक धोरणनिर्माते; तसेच महाराष्ट्राच्या राजकारणात रस असलेले महिला, पुरुष कार्यकर्ते या सर्वांना हे पुस्तक नक्कीच उपयोगी ठरणार आहे.

– डॉ. वैशाली प्रकाश पवार

अनुक्रम

१

उदारमतवादाचा शहरी आविष्कार : रमाबाई रानडे

रमाबाई रानडे (२५ जानेवारी १८६२-२६ एप्रिल १९२४) यांच्या सार्वजनिक जीवनातील कार्य, विचार आणि चळवळीतील सहभागाचे सरळ सरळ दोन भाग आहेत. **एक,** १८६२ ते १९०१ हा पहिला टप्पा जवळपास चाळीस वर्षांचा आहे. या टप्प्यामधील अकरा वर्षे रमाबाई रानडे यांचे बालपण आई-वडील यांच्याकडे गेले. पुढील तीस वर्षांपैकी पुन्हा दहा वर्षे शिक्षण आणि पुराणमतवाद समजण्यात गेली. यानंतरची वीस वर्षे रमाबाई रानडे यांनी सार्वजनिक जीवनात सहभाग घेतला. या दरम्यान महिलांचे शिक्षण व इंग्रजी शिक्षण, विधवाविवाह समर्थन, बालविवाहविरोध, केशवपनविरोध अशा सामाजिक बंधनांच्या विरोधात चळवळीत सहभाग घेण्यात गेली. रमाबाई रानडे यांच्या या कालखंडावर माधवराव रानडे यांचा प्रभाव होता. **दोन,** यानंतरचा दुसरा टप्पा हा विसाव्या शतकाच्या पहिल्या दोन दशकांत रमाबाई रानडे यांनी स्वतंत्रपणे कार्य, विचार आणि चळवळीत सहभाग घेतला. या दोन्ही टप्प्यांत त्यांनी उदारमतवादी विचारांच्या चौकटीत सार्वजनिक जीवनातील कार्य केले. तसेच शिक्षण, इंग्रजी शिक्षण, मुलींचे सक्तीचे प्राथमिक शिक्षण, महिलांना मतदानाचा अधिकार, मानवी हक्क (कैदी आणि मुले), महिला सामाजिक सुधारणा परिषद, भागवत धर्म अशा विविध कल्पना रमाबाई रानडे यांनी विचारपूर्वक मांडल्या होत्या. यातून रमाबाई रानडे यांचे चरित्र उलगडत जाते. याशिवाय १९६२ पासून पुढील महिला राजकारणाच्या विकासातील कल्पनांचा संबंध रमाबाई रानडे यांचे सार्वजनिक जीवनातील कार्य, विचार आणि चळवळीतील कल्पना यांच्याशी उदारमतवादाच्या पातळीवर कसा मिळताजुळता होता, हे उलगडत जाते. यामुळे १९६२ नंतरचा महिलांच्या राजकीय सत्तासंघर्षाच्या आलेखाचा हा एक संघर्षात्मक व संमतीवाचक मुद्दा आहे.

स्थानिक शासन संस्था किंवा लोकसभा, राज्यसभा, विधानसभा, विधानपरिषद या संस्था उदारमतवादाचा एक आविष्कार आहेत. याचाच अर्थ १९६२ ते २००९ या दरम्यानच्या महाराष्ट्र विधानसभा पातळीवरील महिलांच्या राजकीय कृतिप्रवणतेचा हा

आलेख म्हणजे त्यांचा उदारमतवादी संस्थांमधील राजकीय सहभाग होय. शिवाय नव्वदीनंतरच्या दशकांतील महिला सबलीकरण धोरण हाही उदारमतवादाचा आविष्कार आहे. या घटनांच्या मधील उदारमतवादाचा विकास एकोणिसाव्या शतकापासून होत आला आहे. उदारमतवादाच्या संदर्भातील रमाबाई रानडे यांच्या कल्पनांमुळे १९६२ नंतरच्या राजकारणाचे स्पष्टीकरण जास्त चांगल्या प्रकारे करता येते. तसेच १९६२ नंतरच्या राजकारणाचा मागील राजकीय इतिहास रमाबाई रानडे यांच्या सार्वजनिक जीवनातील कार्य, विचार आणि चळवळ यामध्ये खोलवर रुतला आहे. म्हणून समकालीन महिला राजकारण समजून घेण्यासाठी रमाबाई रानडे यांच्या उदारमतवादी कल्पना उपयुक्त ठरतात.

एकोणिसाव्या शतकात आणि विसाव्या शतकाच्या पूर्वार्धात भारतात उदारमतवादाचा प्रभाव स्त्रियांच्या चळवळीवर होता. विशेषत: या चळवळीत पुरुषांचा सहभाग होता (राजा राममोहन रॉय, आगरकर, विद्यासागर, न्या. रानडे, वीरसलिंगम). या चळवळीत सती, विधवाविवाह, बालविवाह, मुलींचे शिक्षण हे मुद्दे ऐरणीवर आले होते. या मुद्यांमध्ये विवेकनिष्ठा प्रमाण मानली गेली. साहाजिकच स्त्री हीदेखील एक विवेकनिष्ठ व्यक्ती आहे, अशी कल्पना मान्य केली गेली. व्यक्तीस्वातंत्र्यास सर्वोच्च मूल्य मानणारी व व्यक्तीस जास्तीत जास्त स्वातंत्र्य मिळेल, अशारीतीने समाजाचे संघटन करणे, हे मूलभूत ध्येय मानणारी विचारप्रणाली म्हणजे उदारमतवाद होय. हा उदारमतवादी विचार रमाबाई रानडे यांनी आयुष्यभर स्वीकारला व तो निर्धारपूर्वक अमलात आणला. रमाबाई रानडेंच्या रूपाने महाराष्ट्रात उदारमतवादाचा शहरी आविष्कार दिसून येतो. शिक्षण ही एक उदारमतवादाची कळीची कल्पना होती. उदारमतवादी (नवमतवादी) आणि पुराणमतवादी यांच्यातील संघर्षाचे शिक्षण हे एक रणक्षेत्र होते. माहेर आणि न्यायमूर्ती माधवराव रानडे वगळून त्यांचे सासर हे पुराणमतवादी होते. न्यायमूर्ती माधवराव रानडे हे मात्र उदारमतवादी होते. रमाबाई रानडे यांच्या संदर्भात न्यायमूर्ती माधवराव रानडे यांनी घरामध्ये शिक्षणाच्या मुद्यावर पुराणमतवादापासून फारकत घेतली.

रमाबाई रानडे यांच्यावर पुराणमतवादाचा संस्कारही केला जात होता. तसेच त्यांच्यावर न्यायमूर्ती माधवराव रानडे यांच्याकडून उदारमतवादाचा संस्कार केला जात होता. या दोन विचारांपैकी रमाबाई रानडे यांनी उदारमतवादी विचारांची निवड केली. महाराष्ट्राचे सॉक्रेटिस ज्यांना संबोधिले जाते, त्या न्यायमूर्ती माधवराव रानडे यांच्या पत्नी रमाबाई रानडे ह्या होत्या. सातारा जिल्ह्यातील देवराष्ट्रे गावाचे जहागीरदार माधवराव उर्फ अण्णासाहेब कुर्लेकर यांची मुलगी यमुना म्हणजे रमाबाई. रमाबाईंचे वय ११ वर्षांचे असतांना त्यांचा विवाह माधवराव रानडे यांच्याशी झाला. हा पुराणमतवादाचा संस्कार

होता. माधवराव रानडे यांचा तो पुनर्विवाह होता व त्या वेळी त्यांचे वय ३१ वर्षांचे होते. या दोघांच्या वयात २० वर्षांचे अंतर होते. पतीची आज्ञा पाळली पाहिजे, या माहेरच्या शिकवणीनुसार रमाबाईंनी माधवराव रानडेंची आज्ञा आयुष्यभर पाळली. पितृनिष्ठा व घराण्याच्या एकतेसाठी सुधारणावादी माधवरावांनी आपल्या पित्याच्या मतालाही महत्त्व दिले. परंतु त्यांनी उदारमतवादी विचारांपासून फरकत घेतली नाही. अक्षरओळखही नसणाऱ्या रमाबाई रानडे यांना माधवराव यांनी शिकविण्यास सुरुवात केली. त्या काळी केवळ अक्षर-ओळख म्हणून उच्च घरातील पुरुष बायकांना शिकवीत. परंतु रानडेंनी मात्र केवळ अक्षर-ओळख एवढेच न शिकविता इंग्रजी शिक्षण देण्यासाठी सुरुवात केली, तेव्हा घरातून रमाबाईंना विरोध झाला. या विरोधाला सरळ विरोध न करता आत्मक्लेश सहन करत त्यांनी इंग्रजी शिक्षण घेतले. हा एक सामाजिक परंपरांच्या विरोधात संघर्ष करण्याचा मार्ग त्यांनी वापरला होता. रानडेंच्या घरातील व्यक्तींची संख्या फार मोठी होती. त्यांतील सर्वजण पुराणमतवादी विचारांचे; रूढी, प्रथा, परंपरांना महत्त्व देणारे; तर दुसरीकडे माधवराव नवप्रागतिक उदारमतवादी विचारांचे होते. त्यामध्ये रमाबाईंनी आपले शिक्षणाचे काम अखंडपणे चालू ठेवले. पुरुषांप्रमाणे महिलांना देखील शिक्षण मिळाले पाहिजे. हा रानडेंचा विचार त्यांनी प्रत्यक्ष अमलात आणला. सगुणाबाई ही शिक्षिका सुरुवातीला रमाबाईंना शिकवीत होती. त्यापुढील शिक्षण स्वत: न्या रानडेंनी दिले. इंग्रजी शिक्षण घेण्याची कल्पना ही मूळ रमाबाई रानडे यांची होती. ही कल्पना महिलांच्या संदर्भातील राजकीय विचारांमधील कळीची आहे. इंग्रजी शिक्षणाची मागणी करणे ही रमाबाईंची वैचारिक कल्पना फार मोठी होती. न्या. रानडेंनी ही कल्पना मान्य करून रमाबाईंना इंग्रजी शिकविले. अशा प्रकारचा विचार किंवा कल्पना पुढे महिलांच्या शिक्षणाच्या संदर्भात पुढे आला.

रमाबाईंची आत्या ब्रह्मावर्तास दिली होती. तिचे वाचण्याइतपत शिक्षण झाले होते. परंतु तिला बालपणी वैधव्य आले. तिच्या लिहिण्या-वाचण्याचा संबंध अशुभाशी जोडला गेला. त्यापुढे कुर्लेकरांच्या घरातील बायकांना शिकविणे बंद झाले. बायकांना शिकविणे अशुभ मानले गेले. त्यामुळे कुर्लेकर घरातूनदेखील रमाबाई यांच्या शिक्षणास विरोधाचा सूर व्यक्त होत होता. रमाबाईंनी पतिइच्छेनुसार का होईना, शिक्षणाचा आरंभ केला होता, तेही इंग्रजी शिक्षण घेतले होते. या कृतीद्वारे त्यांनी माहेरच्या घरात चालत आलेली स्त्री-शिक्षणविरोधाची परंपरागत रूढीच मोडीत काढली. या अर्थाने रूढीने महिलांवर घातलेली बंधने रमाबाईंनी मोडीत काढली. अर्थातच त्यांनी स्त्रियांवरील सामाजिक नियंत्रण बाजूला सारले, हा उदारमतवादी विचार प्रत्यक्ष कृतीमध्ये आणला. रमाबाईंच्या सासरी एकटे माधवराव सुधारणांचे पुरस्कर्ते होते, तसेच सुधारणा आचरणात

आणण्यास उत्सुक होते. पण जुन्या निरर्थक रूढी आवडत नाहीत, रमाबाईंनी शिकावे, असे मला वाटते, तुम्ही तिच्या शिक्षणाआड येऊ नका; असे स्पष्टपणे घरातील व्यक्तींना कधीही न्या. रानडे म्हणाले नाहीत. त्यामुळे वडीलधाऱ्या बायकांची अशी समजूत होते की, माधवरावांचा आग्रह नसतानादेखील रमाबाई स्वत:ची ऐट दाखविण्यासाठी, आपण विद्वान आहोत, हे सिद्ध करण्यासाठी त्या पुस्तके व वर्तमानपत्रे वाचत आहेत. शिक्षणाशी असलेला संबंध रमाबाईंनी सोडावा म्हणून त्यांच्यावर घरातून दबाव येत होता आणि दुसरीकडे वाचन केले नाही, तर माधवरावांना राग येत होता. या अवस्थेमध्ये रमाबाईंनी शिक्षण घेतले, म्हणून त्याचे महत्त्व अन्यन्यसाधारण आहे. किंबहुना, शिक्षणातून रमाबाईंकडे नम्रता व विनयशीलता आली. त्यामुळे त्या सर्वांशी आदराने व आज्ञाधारकपणाने वागत असत, असे पुढे गौरवीकरण केले गेले. परंतु, वरील माहितीच्या आधारे असा निकर्ष स्पष्टपणे दिसतो की, कुटुंबसंस्था आणि समाज यांच्यात अंतर्गत सुधारणा करण्याची कल्पना त्यांच्या उदारमतवादात होती. या मुद्याचे मार्क्सवादी विचारक असे परीक्षण करतात की, स्त्रियांच्या दडपणुकीच्या कुटुंबातील आणि समाजातील मूलभूत रचना प्रभावीपणे काम करत होत्या. त्यास सुधारणवादी विरोध करत नव्हते (गेल ऑम्व्हेट). कारण त्यांना कुटुंबसंस्था आणि समाज यांचे ऐक्य व एकोपा जास्त महत्त्वाचा वाटत होता. ही उदारमतवादी विचारांची एक मोठी मर्यादा होती. समाजात मात्र पितृसत्ताकता प्रभावी होती. रमाबाई रानडे यांना पितृसत्ताकतेचे अनुभव सार्वजनिक जीवनात येत होते. उदाहरण - एकदा समारंभामध्ये रमाबाईंकडे पाहुण्यांचे स्वागत करण्याचे काम देण्यात आले. त्या वेळी डेप्युटी कागल यांना रमाबाई हार घालून त्यांचे स्वागत करतील, असे निवेदकाने जाहीर केले. सुधारकांच्या बायका परपुरुषाच्या गळ्यात हार घालतात की काय, ही पितृसत्ताक मनोवृती होती. रमाबाईंनी त्यास नकार दिला. रमाबाईंनी तारतम्य दाखवून सुधारक स्त्रियांची बाजू राखली. त्यांच्या विचारांची परीक्षा होती. ही चर्चा खूपच सुलभीकरण करणारी आहे. त्यांमध्ये मथितार्थ पितृसत्ताक रचना प्रभावी होती. तिचा सामना रमाबाईंना करावा लागत होता. हा अनुभव गेली शतकभर येत आहे.

शासकीय संस्थांमधील सार्वजनिक कार्य :

शासकीय संस्था हा उदारमतवादाचा आविष्कार होता. यामध्ये फिमेल ट्रेनिंग कॉलेजचाही समावेश होतो. १८८२-८३ मध्ये फिमेल ट्रेनिंग कॉलेजमध्ये शिकून शिक्षिका होऊ इच्छिणाऱ्या स्त्रियांची निवड करण्यासाठी, लेडी सुपरिन्टेडन्ट यांना साहाय्य करण्याकरता शिक्षणखात्याने जी एक कमिटी नेमली होती, त्यामध्ये सरकारने रमाबाईंना सभासद म्हणून नेमले होते. या समितीचे न्या. माधव रानडे, रा.गो.भांडारकर,

वा.आ.मोडक, केरूनाना छत्रे व कृ.ल.नूलकर हे इतर सभासद होते. त्यामध्ये रमाबाई ह्या एकट्याच स्त्री सभासद होत्या. त्या काळात अशा प्रकारची योग्यतेच्या आधारे एखाद्या महिलेची निवड होणे हे एक अपवादात्मक असे उदाहरण होते. हा त्यांच्या कर्तृत्वाचा गौरव आहे. मात्र, महिलांनी सार्वजनिक जीवनात काम करणे हा उदामतवादाचा विस्तार होता. शिवाय पुरुष सदस्याबरोबर स्त्रीसदस्य काम करणार होती. जुन्या स्त्रीविषयक कल्पनांपासून फरकत घेतली गेली. उदा. स्त्री-अपूर्ण मानव, अर्धव्यक्ती, परावलंबी, भावनात्मक दौर्बल्य इत्यादींपासून फारकत घेतली गेली. यामधून स्त्री- सार्वजनिक जीवनात काम करू शकते, म्हणजे स्त्री ही विवेकी आहे, स्त्रीकडे विकासाच्या क्षमता आहेत, स्त्री पुरुषाच्या बरोबरीची आहे आणि स्त्री जबाबदारी स्वीकारते- अशा नव्या कल्पना उदारमतवादामधून स्वीकारल्या गेल्या. रमाबाईंनी सार्वजनिक जीवनाबरोबर व्यक्तिगत जीवनातदेखील या नव्या कल्पना प्रत्यक्ष व्यवहारात आणल्या होत्या. उदा. माधवरावांची बदली होत असे. त्यामुळे फिरतीच्या कार्यक्रमांमुळे रमाबाईंना संपूर्ण महाराष्ट्राची ओळख झाली. न्या. रानडे फायनान्स कमिटीचा सदस्य म्हणून काम करताना रमाबाईंना संपूर्ण भारताची ओळख झाली. त्यांच्याकडे सूक्ष्म निरीक्षणशक्ती होती. प्रवासातून त्यांच्या मनाला विस्तृतता आली. त्या बंगाली भाषा शिकल्या. पुढे स्त्री शिक्षणाचे काम करताना त्यांना महाराष्ट्राबाहेरील या संपर्काचा उपयोग झाला. याचा अर्थ, पुरुषाप्रमाणे स्त्रीदेखील कष्ट करत शिकत असते. त्यामुळे स्त्री ही पुरुषापेक्षा वेगळी नाही, ही कल्पनादेखील समाजाला दिसू लागली. रमाबाईंकडे असामान्य धैर्य व प्रसंगावधानानुसार वागण्याची सचोटी होती. एकदा करमाळ्याला (जि. सोलापूर) असताना माधवरावांना कॉलरा झाला. त्या वेळी रमाबाई रडत बसल्या नाहीत किंवा अंधश्रद्धेने देवीची पूजा करीत बसल्या नाहीत; तर त्यांनी डॉ. विश्राम घोले यांना पुण्याहून तार करून बोलावून घेतले. यातून रमाबाई विवेकबुद्धीनुसार वर्तन करत होत्या, त्यामध्ये भावनेला स्थान असत नव्हते, हे स्पष्टपणे दिसते. त्यांच्या विवेकबुद्धीमुळेच माधवरावांचे प्राण वाचले. त्याचबरोबर जेव्हा-जेव्हा माधवरावांची तब्येत बिघडलेली असे, तेव्हा तेव्हा रमाबाई त्यांना हवापालटासाठी महाबळेश्वर व लोणावळा येथे घेऊन जात. निर्णयनिश्चिती हाही एक उदारमतवादी ज्ञानसंचय होता. हा मुद्दा रमाबाई रानडे यांनी व्यक्तिगत व सार्वजनिक जीवनात राबविला.

अविवेकास विरोध :

माधवरावांच्या मृत्यूनंतर रमाबाईंनी खऱ्या अर्थाने उदारमतवादी विचार प्रत्यक्षात आणला. माधवरावांच्या मृत्यूनंतर केशवपनाच्या मुद्द्यावर त्यांच्या विवेकबुद्धीची

खरी कसोटी होती त्यांनी केशवपन रूढीची त्याग केला. प्रार्थना समाजाच्या समाजसुधारणरणेच्या तत्त्वात विधवांच्या केशवपन रूढीचे निर्मूलन हे एक कलम होते. रमाबाईंनी हे कलम प्रत्यक्ष अमलात आणले. शंकर पांडुरंग पंडित, वामन आबाजी मोडक, चिंतामण नारायण हे तिघेही माधवरावांच्या हयातीत निधन पावले. त्यांच्या स्त्रियांनी केशवपन रूढीचा त्याग केला. परंतु, त्यांना त्यांच्या मुलांचा पाठिंबा होता. तसा रमाबाईंना कोणाचाही पाठिंबा नसताना आपल्या विचारांशी त्यांनी एकनिष्ठ राहून कृती केली. ही उदारमतवादी कृती होती. माधवरावांच्या घरातील स्त्रिया रूढीवादी होत्या. त्यांनी रमाबाईंच्या शिक्षणाला, स्त्री-समाजकार्याच्या उपक्रमांना विरोध केला. अशा वातावरणात केशवपन न करणे सोपे नव्हते. रानड्यांच्या व कुर्लेकरांच्या घराण्यातील स्त्रियांत केशवपन रूढीचा त्याग करण्याचे रमाबाई हे पहिले उदाहरण होते. या त्यांच्या कृतीमुळे त्यांना पूजाअर्चा, अन्नपान इ. व्यवहारात वाळीत टाकण्यात आले. त्यांनी अपमान सोसूनही माधवरावांच्या घराचा एकसंधपणा मोडू नये, याची काळजी घेतली. वर्षश्राद्धापासून पुढे प्रत्येक श्राद्ध व पक्ष करविताना घरातील मतानुसार वैदिक पद्धतीने, तर संध्याकाळी प्रार्थनासमाजाच्या पद्धतीनुसार ईश्वरोपासना रमाबाई करीत होत्या. रमाबाई या मुद्यावर वैदिक परंपरेपासून अलिप्त होत्या, असेही दिसते. शिवाय त्या ईश्वरोपासना करताना भागवत धर्माशी जुळवून घेत होत्या. माधवरावांचे भागवत धर्मविचार प्रत्यक्ष आणण्याचा असा व्यवहारी मार्ग अमलात आणण्याचे धैर्य त्यांच्याकडे होते. ही रमाबाईंची कल्पना होती.

धार्मिक सुधारणा :

माधवरावांनी जी धर्मपर व्याख्याने दिली होती, ती माधवराव रानडे यांच्या प्रथम वर्षश्राद्धास रमाबाईंनी एकत्रित केली. 'माझी धर्मपर व्याख्याने' हा ग्रंथ प्रकाशित केला. 'आपल्याला नंदादीप लावण्याचे सामर्थ्य नसेल, तर तेवत असलेल्या नंदादीपाची नुसती वात सारली, तरी पुण्य घडते, असे वाडवडील सांगत आले आहेत. जो उपदेशरूपी नंदादीप माधवरावांनी लावून ठेवला, त्यांची वात सारण्याचे काम माझेच आहे, हे जाणून मी हे पुस्तक प्रकाशित करीत आहे' (रानडे रमाबाई, १९०२: ४). अशी रमाबाईंची भूमिका होती. यामधून दोन मुद्दे दिसतात. **एक,** रमाबाई यांनी न्या. रानडे यांची भागवत धर्माची कल्पना स्वीकारली होती. **दोन,** भागवत धर्माचे स्पष्टीकरण उदारमतवादी स्वरूपात केले होते. यामुळे भागवत धर्म या परंपरागत मार्गाने रमाबाई रानडे यांनी स्त्री-पुरुष समता ही कल्पना स्वीकारली होती. डॉ. रामकृष्ण गोपाळ भांडारकर यांनी या पुस्तकाला उपोद्घात लिहीला होता. त्यामध्ये ते लिहितात, 'पुष्कळ परिश्रम करून, पतीने केलेला उपदेश तपासून त्यांनी हे पुस्तक तयार केले

आहे. त्यामुळे धर्माची अभिवृद्धी इच्छिणारे जे त्यांच्यावरही या बाईचे फार उपकार झाले आहेत. पूज्य रमाबाईंनी छापलेले हे पुस्तक सत्यधर्मान्वेषणांवर जे त्यांना आणि प्रार्थनासमाजाच्या सभासदांना फार उपयोगी होईल (रानडे रमाबाई, १९०२: ८)'.

स्त्री सुधारणा :

स्त्रियांवरील नियंत्रणे कमी करण्यासाठी रमाबाईंनी विविध कल्पना प्रत्यक्ष कृतीमध्ये राबविल्या होत्या. पुणे येथे रानडे वाड्यात 'हिंदू लेडिज सोशल क्लब' ही संस्था रमाबाईंनी स्थापन केली (१९०२). या कामात आनंदीबाई भट यांनी रमाबाईना सहकार्य केले होते. त्यामध्ये मराठी आणि इंग्रजी स्त्री-शिक्षणाचे वर्ग सुरू केले. या क्लबचा उद्देश स्त्रियांमध्ये ज्ञानप्रसार करून सामाजिक कर्तव्याची जाणीव निर्माण करणे हा होता. यामध्ये ७५ महिलांचा सहभाग होता. कीर्तने, प्रवचने व व्याख्यानांच्या माध्यमातून स्त्रीप्रबोधनाचे कार्य केले जाई. भागवत धर्माचा प्रभाव त्यावर होता. सणसमारंभाच्या वेळी विविध जातींच्या व धर्मांच्या महिलांची उपस्थिती लक्षणीय होती. या अर्थाने स्त्री-सुधारणेची कल्पना बहुविध जातींतील स्त्रियांचा समावेश करणारी होती. १९०२ मध्ये नर्सिंगचे शिक्षण देण्यासाठी मदत व्हावी, म्हणून स्थापन करण्यात आलेल्या लेडी डफरीन फंडाच्या रमाबाई सदस्य होत्या. हिंगणे येथील अनाथ बालिकाश्रम संस्थेच्या कार्यात रमाबाईंचा सहभाग होता. महात्मा गांधी यांनी 'यंग इंडिया'मध्ये रमाबाईंच्या कार्याबद्दल म्हटले की, आपल्या पतीने ज्या कार्याकरिता वाहून घेतले होते, त्यापैकी आपल्याला जमेल त्या कार्याचा स्वीकार करून त्याला संपूर्ण वाहून घेतले. 'वैधव्य' या शब्दाचा अर्थ त्यांनी लोकांना समजावून दिला. अशा रीतीने रमाबाईंनी स्त्री जातीची मोठी सेवा केली. राष्ट्रीय सामाजिक परिषदेचे नेते न्या. रानडे होते. १९०१ नंतर या परिषदेचे नेते न्या. नारायण चंदावरकर, सर भालचंद्र भाटवडेकर, जी. के. पारेख, बा. ना. भाजेकर, हरी नारायण आपटे हे होते. त्यांना डॉ. भांडारकर यांचा पाठिंबा होता. या नेत्यांनी डिसेंबर १९०४ मध्ये मुंबईत आद्य भारत महिला परिषद भरली होती. त्याच्या रमाबाई अध्यक्ष होत्या. त्यांनी न्या. रानडेंचे दु:ख विसरून स्त्रियांच्या संबंधांतील समस्या मांडल्या होत्या. पडदा पद्धत, स्त्री- पुरुष विषमता, सार्वजनिक जीवनातील अल्प सहभाग, अभिव्यक्ती स्वातंत्र्याचा अभाव असे मुद्दे हेतुपूर्वक मांडले होते. याशिवाय स्त्रियांमधील ज्ञानप्रसार आणि परस्परस्नेह (भगिनीभाव) हे मुद्दे मांडले होते. याला जोडून जातीय विषमता मोडण्याच्या रोखाने मुद्दे मांडले होते (कामत माधवी, २०१०:८९). रमाबाईंना व माधवरावांना स्वत:चे अपत्य नव्हते. माधवरावांच्या पश्चात १९०२ मध्ये रमाबाईंनी आपल्या दिराचा मुलगा नारायण यास दत्तक घेतले. ही त्यांची कृती पुरोगामी होती.

शैक्षणिक सुधारणा :

११ जुलै १९०८ रोजी मुंबई येथे 'सेवासदन' ची स्थापना केली होती. यानंतर दुसऱ्या वर्षी २ ऑक्टोबर १९०९ रोजी पुणे येथे सेवासदनाची स्थापना झाली होती. संस्थेसाठी सल्लागार, एंडॉवमेंट व बिल्डिंग फंड ट्रस्टी, ट्रेनिंग कमिटी, मुस्लिम, हिंदू व पारशी विभाग असे कार्याचे विकेंद्रीकरण केले होते. रमाबाई रानडे संस्थेच्या आणि सल्लागार समितीच्या अध्यक्ष होत्या. रमाबाईंची नियुक्ती तहहयात अध्यक्षा म्हणून झाली होती. दयाराम गिडुमल हे ऑनररी सेक्रेटरी, तर लक्ष्मीबाई रानडे व जमनाबाई सकई यांची संयुक्त सेक्रेटरी, म्हणून नेमणूक केली होती. याशिवाय सावित्रीबाई भाटवडेकर, लक्ष्मीबाई चंदावरकर, रमाबाई भांडारकर, श्रीमती दोरबा टाटा, श्रीमती अली अकबर खान, सोनाबाई जयकर या महिला सभासद होत्या. संस्थेच्या कामात वेगवेगळ्या जातींतील व धर्मांतील व्यक्तींचा समावेश होता. या संस्थेची कल्पना सेवाव्रती (सिस्टर्स) या स्वरूपाची होता. मानवतावाद हा या विचारांचा गाभा होता. या कल्पनेला बेहेरामजी मलबारी व दयाराम गिडुमल यांचाही पाठिंबा होता. स्त्री-शिक्षण, शिवणकाम, नर्सिंग कोर्स हे शिक्षण सर्व जाती-धर्मातील स्त्रियांसाठी सेवासदनमध्ये उपलब्ध करून दिले. परगावच्या मुलींसाठी वसतिगृहाची सोयदेखील केली. कोणत्याही प्रकारचा भेदाभेद न करता खऱ्या अर्थाने समतेचे तत्त्व रमाबाईंनी सेवासदनमध्ये अमलात आणले. प्रौढ शिक्षण, ट्रेनिंग, इंग्लिश क्लासेस, मेडिकल, चाईल्ड वेलफेअर अशा अनेक क्षेत्रांत सेवासदनचे कार्य सुरू होते. सेवासदनमध्ये साप्ताहिक व्याख्यानमाला चालत. त्यामधून सर्व जातीधर्मातील महिलांना आधुनिक विचारांची ओळख करून दिली जात होती.

मनुष्याची मते, विचार वेगवेगळी असली; तरी त्याच्या अंत:करणाच्या वृत्ती/भाव एकच असतो, हे सेवासदनने स्वीकारलेले तत्त्व फार महत्त्वाचे होते. सेवासदनाचे मुख्य कार्यक्षेत्र स्त्री-समाज होते. उत्कृष्ट मातृत्व म्हणजे सेवा करणे, हाच स्त्रियांचा मुख्य अधिकार आहे व या मातृत्वाची योग्य जाणीव उत्पन्न करणे, त्याचे उदात्त स्वरूप स्त्रियांपुढे मांडणे त्यानुसार वर्तन करण्याची पात्रता त्यांच्या ठिकाणी निर्माण करणे हे सेवासदनचे ध्येय होते. ज्ञानप्रसार व अनिष्ट रूढींचा त्याग ह्यांचा स्त्रियांमध्ये प्रसार करण्यासाठी ज्या स्त्रियांच्या सभा भरविल्या जात, त्यामध्ये रमाबाईंचा सहभाग होता. देशभक्ती जर सर्वांच्या मनामध्ये उत्पन्न व्हावी, असे वाटत असेल, तर त्यासाठी स्त्रियांनाही आपल्या देशाच्या व इतर देशांच्याही इतिहासाचे भान आणणारे शिक्षण दिले गेले पाहिजे, हा विचार रमाबाई मांडत होत्या.

स्त्रियांच्या अधिकारासाठी चळवळ :

रमाबाई रानडे यांनी स्त्रियांना सक्तीचे प्राथमिक शिक्षण व स्त्रियांना मतदानाचा अधिकार यांची मागणी करून सामाजिक चळवळ उभी केली. सामाजिक प्रश्नांवरती आधारित चळवळ उभी करण्याची कल्पना त्यांनी वापरली होती. चळवळींमधून सामाजिक प्रश्न निर्णयनिश्चितीच्या क्षेत्रात पाठविण्याचे अनोखे कौशल्य आत्मसात केले होते. जगातील काही देशांची प्रगती होत आहे, कारण त्यांच्याकडे ज्ञान आहे. आपल्या अप्रगतीचे कारण आपल्याकडे सर्वांना ज्ञानार्जन करण्याचा अधिकार नाही. घर ही एक शाळा आहे. समजूतदारपणा व सारासार विचारशक्ती स्त्रियांकडे येण्यासाठी त्यांना शिक्षण दिले पाहिजे. शिक्षण मिळण्यासाठी त्यांच्या लग्नाची वयोमर्यादा वाढविली पाहिजे. मुलीसाठी प्राथमिक शिक्षण सक्तीचे करण्यात यावे, यासाठी रमाबाईंच्या नेतृत्वाखाली पुण्यात स्त्रियांनी आंदोलन केले. महर्षी धोंडो केशव कर्वे यांची अनाथ बालिकाश्रम, श्री.ना.दा.ठा.महिला विद्यापीठ या संस्थांनीही या आंदोलनात सेवासदनबरोबर भाग घेतला. दोन हजार स्त्रियांनी स्वत:हून मुलींच्या सक्तीच्या शिक्षणासाठी पुण्यामध्ये मिरवणूक काढली होती. १२ फेब्रुवारी १९२० रोजी रमाबाई रानडे आणि महर्षी वि. रा. शिंदे यांच्या भगिनी जन्नाक्का शिंदे यांनी पुण्याच्या पूर्व आणि पश्चिम भागात मिरवणूक काढली होती. याचा अर्थ उच्चवर्णीय आणि बहुजन अशा दोन्ही समाजापर्यंत पोचण्याचा प्रयत्न केला होता. यास न. चिं. केळकर यांच्या कन्या कमलाबाई देशपांडे यांनी वडिलांच्या विरोधात जावून संमती देवून आंदोलनात सहभाग घेतला होता. स्त्री-पुरुष समता हे या आंदोलनाचे पायाभूत तत्त्व होते. संपूर्ण देशभरातून रमाबाईंच्या या आंदोलनाला पाठिंबा मिळत होता. पंडित नेहरू यांची आई स्वरूपराणी नेहरू यांनी अलाहाबाद येथे स्त्रियांची सभा भरविली. सक्तीचे प्राथमिक शिक्षण मुलांपुरते मर्यादित ठेवून त्यातून मुलींना वगळण्याच्या योजनेचा ह्या सभेने निषेध केला. ह्या सभेने पुण्यातील स्त्रियांच्या लढ्याची प्रशंसा केली. रमाबाईंनी एका स्थानिक प्रश्नाला अखिल भारतीय पातळीवरील प्रश्नाचे व्यापक स्वरूप प्राप्त करून दिले. या निमित्ताने संपूर्ण देशभर मुलींच्या सक्तीच्या प्राथमिक शिक्षणावर चर्चा घडून आली. सक्तीच्या शिक्षणाच्या मुद्यावर रमाबाई रानडे यांनी चळवळ संघटित केली. सक्तीच्या शिक्षणाच्या मुद्याला सामूहिक पाठिंबा मिळवून दिला. सामूहिक कृती करण्यास प्रवृत्त केले. या प्रश्नाचे त्यांनी चळवळीकरण केले. अशीच पद्धत त्यांनी स्त्रियांच्या मतदान हक्कासाठी वापरली होती.

स्त्रियांना मतदानाचा हक्क व प्रतिनिधित्वाचा हक्क मिळाला पाहिजे, अशी मागणी ऑगस्ट १९१७ मध्ये ब्रिटिश प्रधान मंडळातील मॉन्टेग्यू व व्हॉइसरॉय लॉर्ड चेम्सफर्ड यांच्याकडे, मद्रास येथे अखिल भारतीय महिला शिष्टमंडळाच्या वतीने सादर करण्यात

आली. त्यामध्ये रमाबाई रानडेंचा सहभाग होता. मात्र, याची दखल घेण्यात आली नाही. १९१९ साली नेमण्यात आलेल्या लॉर्ड साऊथब्युरो कमिटीच्या अहवालातही स्त्रियांना मतदानाचा हक्क नाकारला होता. २ जून १९१९ साली हिंदुस्थानच्या नव्या कायदाव्यवस्थेचा मसुदा ब्रिटिश पार्लमेंटपुढे मांडला. त्यातही स्त्रियांना मतदानाचा हक्क नाकारला होता. परंतु, मसुद्याच्या दुसऱ्या वाचनानंतर पार्लमेंटच्या दोन्ही सभागृहांची जॉइंट कमिटी नेमण्यात आली होती. लॉर्ड साऊथब्युरो यांनी या कमिटीपुढे, हिंदुस्थानातील स्त्रियांना मताधिकार मिळविण्याची इच्छा नाही, असे विरोधी विधान केले. हिंदुस्थानातील स्त्रियांना मताधिकार मिळविण्याची इच्छा आहे, ही खरी माहिती या जॉइंट कमिटीसमोर मांडणे गरजेचे होते. महिला चळवळीतील महिलांनी ही सत्य बाजू पुढे आणण्यासाठी मुंबई इलाख्यातील वीस महिलांची एक कमिटी नेमली होती. त्यामध्ये रमाबाई रानडेंचा समावेश केला होता. त्यांनी इंग्रजीतून भाषण करून मागणी केली की, जेणेकरून ती ब्रिटिशांपर्यंत पोहोचेल. स्त्रियांना मताधिकार मिळावा, यासाठी रमाबाईंनी आंदोलन केले. आंदोलनाचा मार्ग त्यांनी वापरला होता. रमाबाई भारतीय महिला संघटनेच्या पुणे शाखेच्या अध्यक्ष होत्या. त्याप्रमाणे वुइमेन्स फ्रान्चाईज कमिटीच्या अध्यक्षा होत्या. जागोजागी सभा होऊन सर्व भागातील स्त्रियांना मताधिकाराचे महत्त्व पटवून दिले होते. शेवटी ब्रिटिश सरकारने, स्त्रियांच्या मताधिकाराचा प्रश्न प्रांतिक सरकारे व पुरुष यांवर सोपविला आणि या प्रश्नांमधून स्वतःची सुटका करून घेतली. मुंबई कायदे कौन्सिलात स्त्रियांना मताधिकार द्यावा, म्हणून कायदेमंडळाच्या बाहेर पाच महिने आंदोलन लढविले गेले (मार्च ते जुलै १९२१). या चळवळीचे नेतृत्व रमाबाई रानडे यांनी केले होते. रमाबाई रानडे कौन्सिलच्या सदस्यांना भेटून स्त्री मताधिकाराचा पाठपुरावा करीत होत्या. रमाबाई रानडेंच्या या प्रयत्नामुळे २७ जुलै १९२१ रोजी स्त्री-मताधिकाराचा ठराव मुंबई कायदेमंडळात मांडला गेला. हा ठराव तिसऱ्या दिवशी बहुमताने मंजूर झाला (स्त्री-मताधिकाराच्या ठरावाच्या बाजूने ५२ व विरोधी २५ मते होती).

आर्थिक कल्पना :

सेवासदनाला निधी मिळावा, या हेतूने सेवासदनमधील महिलांनी तयार केलेल्या वस्तूंची फॅन्सी फेअर भरवावी, असे ठरविण्यात आले. यामध्ये रमाबाईंचा पुढाकार होता. अशी नावीन्यपूर्ण कल्पना मांडणे व तिला व्यवहारीरूप देणे त्या काळात अवघड असतानादेखील, रमाबाईंच्या नेतृत्वाखाली हा उपक्रम यशस्वीरीत्या पार पडला. रमाबाईंनी या माध्यमातून पुण्यातील व अनेक ठिकाणच्या स्त्रियांना स्वावलंबनाचा धडा घालून दिला. केसरीमध्ये मात्र याबद्दल 'सेवासदनाचा मिनीबझार' या शीर्षकातील टीका करण्यात आली. 'वस्तूंच्या प्रदर्शनापेक्षा त्या विकणाऱ्या स्त्रियांचे प्रदर्शन असे

स्वरूप आले होते. सौंदर्य म्हणजे बिनबोलकी शिफारस असते. कुलीन स्त्रियांच्या सौंदर्याचा फायदा घेऊन पैसे मिळविणे म्हणजे फॅन्सी फेअर होय', अशी टीका या आर्थिक कल्पनेवर विरोधक करत होते.

अशी टीका होत राहिली, तरी रमाबाईंनी त्याकडे दुर्लक्ष केले. यातून सेवासदनाला ३५०० रु. निव्वळ नफा झाला. या फॅन्सी फेअरमुळे मोठ्या जनसमुदायाला सेवासदनाची माहिती झाली. प्रतिष्ठित संसारी स्त्रियांनी स्त्रीउन्नती व स्त्रीशिक्षण या कार्याला द्रव्यसाहाय्य मिळवून देण्याच्या सार्वजनिक कार्यासाठी जनसमुदायापुढे येणे, ही प्रथा प्रस्थापित झाली. फॅन्सी फेअरचा प्रमुख हेतू स्त्रियांमध्ये कला-कौशल्य यांचा प्रसार आणि वस्तूसंबंधी आवड निर्माण करणे हा होता, तशा वस्तू सुस्थितीतील स्त्रियांनी हौसेने तयार करावयास शिकाव्या, तसेच गरजू स्त्रियांना अर्थाजनासाठी त्या तयार करण्याची इच्छा उत्पन्न व्हावी; हा होता. तो सफल झाला.

मानवी हक्क :

स्त्री-कैदी, बालगुन्हेगार, रुग्ण यांची सेवा मानवतावादी वृत्तीने करण्याची कल्पना रमाबाई रानडे यांनी व्यवहारात राबवली होती. सरकारने येरवड्याच्या तुरुंगात व्हिजीटर म्हणून रमाबाईंची नेमणूक केली होती. स्त्री-कैदी ह्या गुन्हेगार आहेत, या पद्धतीची दृष्टी रमाबाईंची नव्हती. त्या एक माणूस आहेत. माणूस चुकतो, त्याला सुधारण्याची संधी दिली गेली पाहिजे. त्यांना जर माणूसपणाची वागणूक मिळाली, तर या स्त्री-कैद्यांच्या वर्तनात बदल होईल, यावर रमाबाईंचा विश्वास होता. त्या आठवड्यातून एकदा या स्त्रियांना भेटण्यास जात. बालगुन्हेगारांना सणाचे पदार्थ आणि फळे त्या देत होत्या. सुरवातीला त्या त्यांना तुकारामांचे अभंग म्हणून दाखवीत. त्यानंतर त्यांनी त्यांना शिकविण्यास सुरुवात केली. स्त्री-कैदी व बालगुन्हेगार यांना सुधारणेची एक संधी मिळाली पाहिजे, अशी भूमिका रमाबाईंनी घेतली होती. हा 'गुन्हेगार' अशी अस्मिता उभी करणारा तुरुंग नसावा. हे सुधारगृह असावे, अशी त्यांची धारणा होती. त्या ससून हॉस्पिटलमध्ये जाऊन तेथील रोग्यांची विचारपूस करीत असत. त्यांना जगण्याची नवी उमेद देण्याचा त्यांचा प्रयत्न असे. १९२० मध्ये पुण्यात स्त्रियांचे खेळ घेण्याचा उपक्रम रमाबाईंनी केला. या काळात ही गोष्ट नवीन व न रुचणारी होती.

अस्पृश्यतेस विरोध :

अस्पृश्यतानिवारण व पतितांचा उद्धार या संदर्भातदेखील रमाबाईंनी प्रार्थनासमाजात महिलांच्या मेळाव्यात व्याख्याने दिली.

गणपती उत्सवात जे मेळे होत, त्यांतील पदांमध्ये स्त्रियांची अत्यंत वाईटभाषेत निंदा होत. ही पदे बंद व्हावीत, यासाठी रमाबाईंनी निषेध चळवळ चालविली.

हिंदू-विधवा म्हणजे घरातील पोतेरे, तिला कसलाही मान-सन्मान व अधिकार नाहीत. पंढरपूरचा श्रीविठ्ठल हा दीन अनाथांचा मायबाप व भक्त वत्सल म्हणून ओळखला जातो. म्हणून ब्राह्मणांखेरीज सोनार, शिंपी, मराठा या सर्व जातींना दर्शनाचा अधिकार आहे. परंतु विधवांना मात्र नाही. धर्म या नावाखाली किती अन्याय होत आहे, हे याचे उदाहरण आहे.

रमाबाईंनी केलेल्या समाजसेवेबद्दल सरकारने 'कैसर-इ-हिंद' हे पदक त्यांना बहल केले. रमाबाई स्वतःच्या हिमतीने व कर्तृत्वाने समाजाच्या आदरास पात्र ठरल्या. स्त्रियांच्या उन्नतीचे कार्य स्त्रियांनीच पुढे नेले पाहिजे, यावर त्यांचा दृढ विश्वास होता. आपली चांगली स्थिती, आपल्याला झालेली ज्ञानप्राप्ती, त्यातून समाजात मिळालेला उच्च दर्जा या सर्वांचा उपयोग जनतेच्या कल्याणासाठी झाला पाहिजे; हे माधवरावांचे तत्त्व रमाबाईंनी आयुष्यभर आचरणात आणले. त्यांनी स्त्रीशिक्षणासाठी केलेले कार्य, सामाजिक सुधारणा चळवळीतील सहभाग, मुलींच्या सक्तीच्या प्राथमिक शिक्षणासाठी व स्त्री-मताधिकारासाठी केलेले आंदोलन, सेवासदनसारखी संस्था हे त्यांचे कार्य म्हणजे प्रत्यक्षात उदारमतवादी विचार समाजामध्ये पसरविण्याचा जाणीवपूर्वक केलेला प्रयत्न होता. रानडेंच्या मृत्यूनंतरही पुण्याला जो पोरकेपणा भासला नाही, तो रमाबाईंच्या मृत्यूनंतर भासला, यातच रमाबाईंच्या कार्याचे महत्त्व दिसून येते.

निष्कर्ष :

रमाबाई रानडे यांनी उदारमतवादी कल्पना प्रत्यक्षात राबविल्या. व्यक्तिस्वातंत्र्य, समता ही दोन राजकीय मूल्ये त्यांनी प्रत्यक्ष व्यवहारात राबविली. राज्यसंस्थेच्या समित्यांमध्ये कामे केली. शासनसंस्थेने महिलांसाठी शिक्षण सक्तीचे करावे, तसेच महिलांना मतदानाचा अधिकार द्यावा, अशी राज्याच्या संदर्भात कल्याणकारी भूमिका घेतली होती. म्हणजेच शासनसंस्था कल्याणकारी असावी, अशी रमाबाई रानडे यांची भूमिका होती. रमाबाई रानडे यांची भागवतधर्मावर श्रद्धा होती. मात्र, त्यांनी एकेश्वरवादाचा स्वीकार केला होता. कर्मवाद या गोष्टींना त्यांनी विरोध केला. विविध जाती व धर्म यांना सामावून घेणारा त्यांचा उदारमतवाद होता. त्यांनी न्या.रानडेंप्रमाणे मवाळ धोरण स्वीकारले होते. न्या.रानडेंप्रमाणेच त्यांचा शिक्षणावर विश्वास होता. समकालीन महिला राजकारणाला उपयुक्त ठरणाऱ्या गोष्टी रमाबाई रानडे यांच्या विचारात पुढीलप्रमाणे होत्या.

(१) उदारमतवादी संस्था व संघटना यांच्यामार्फत रमाबाई रानडे समाजकारण करत होत्या. हे समाजकारण करण्यासाठी त्यांनी कायदेमंडळात निर्णयनिश्चिती होण्यासाठी सामाजिक प्रश्नांवर आधारित चळवळ उभी केली. म्हणजेच थोडक्यात महिलांचा

पाठिंबा मिळविला होता. त्यांनी जनसमूहांचे संघटन केले होते. हा समकालीन महिला राजकारण करणाऱ्या व्यक्तींसाठी उपयुक्त ठरणारा मुद्दा आहे. याविना केलेले राजकारण पोकळ राजकारण असते.

(२) स्त्रियांच्या मताधिकाराचा प्रश्न हा स्त्री-राजकारणाचा पाया आहे. स्त्रियांचा मताधिकाराचा अधिकार त्यांनी पदरात पाडून घेतला म्हणून महिलांना निवडणुकीला उभे राहण्याचा, मंत्रिमंडळात सहभागी होण्याचा, स्थानिक स्वराज्य संस्थांत ५० टक्के आरक्षणाचा अधिकार मिळाला. म्हणजेच समकालीन महिलांच्या उदारमतवादी राजकीय समावेशनाचा आरंभ रमाबाई रानडे यांच्या कल्पनांमध्ये दिसतो.

संदर्भ

१. संपा. रमाबाई रानडे, १९०२, न्या. महादेव गोविंद रानडे ह्यांची धर्मपर व्याख्याने.

२. व्होरा राजेंद्र, १९८२, न्या.रानडे यांचा उदारमतवादी विचार, परामर्श, नोव्हेंबर, खंड-४, अंक-३, पुणे विद्यापीठ, पुणे.

३. विद्वांस माधव, (सहा. सरोजिनी वैद्य),१९८९, श्रीमती रमाबाई रानडे, मॅजेस्टिक प्रकाशन, मुंबई.

४. कामत माधवी, २०१०, सेवाव्रती रमाबाई महादेव रानडे, श्री गंधर्व वेद प्रकाशन, पुणे.

२

उदारमतवादाचा ग्रामीण आविष्कार : शारदाबाई पवार

१२ डिसेंबर १९११ रोजी कृष्णराव सखाराम भोसले व लक्ष्मीबाई यांना शारदा नावाची मुलगी झाली. कोल्हापूर जिल्ह्यातील गोलिवडे हे त्यांचे गाव होते. शारदाबाईंचे बालपण पुरोगामी विचारांच्या कोल्हापूरमध्ये गेले. त्यामुळे साहजिकच पुढील आयुष्यभर शारदाबाईंच्या जीवनावर पुरोगामी विचारांचा प्रभाव दिसून येतो. कमलादेवी या त्यांच्या बहिणीचे पती श्रीपतराव उर्फ काकासाहेब जाधव होते. त्यांना कोल्हापूरच्या छत्रपती शाहू महाराजांचा सहवास लाभला होता. छत्रपती शाहूंच्या विचारांचा प्रभाव काकासाहेबांवर होता. श्री शाहू छत्रपती मराठा विद्यार्थी वसतिगृहात त्यांनी इंग्लिश चौथी ते पी.ई. पर्यंतचे शिक्षण घेतले, तर पुण्याच्या शेतकी कॉलेजमधून 'बॅचलर इन ॲग्रिकल्चर'ची पदवी संपादन केली. शेतकी खात्यात नोकरीला लागले. शारदाबाईंच्या जीवनाला नवे वळण प्राप्त झाले. कमलादेवीला सहा महिन्यांची प्रमिला नावाची मुलगी होती. शारदाबाई आठ वर्षांच्या असताना त्यांच्या वडिलांचा मृत्यू झाला. या प्रसंगाने शारदाबाई व त्यांची आई यांच्यावर मोठा प्रसंग ओढवला. शारदा व तिच्या आईला काकासाहेबांचा फार मोठा आधार होता. काकासाहेबांनादेखील छोट्या प्रमिलेला सांभाळणे अवघड होते. काकासाहेबांनी या सर्वांना सांभाळण्यास सुरुवात केली. काकासाहेबांची नोकरी फिरतीची होती. काकासाहेब कामानिमित्त जेथे जात, तेथे शारदा व प्रमिला यांना आपल्या बरोबर नेत होते. काकासाहेबांचा अफाट जनसंपर्क होता. तसेच सामाजिक कार्यामध्ये ते हिरिरीने सहभागी होत. याचा शारदाबाईंच्या जीवनावरती परिणाम झाला. काकासाहेबांच्या पुरोगामी, सत्यशोधक विचारांचा प्रभावदेखील शारदाबाईंवर पडला. काकासाहेब अनेक वरिष्ठ व्यक्ती, सुधारक यांना भेटत. शारदाबाईंना लहान वयात उत्तुंग कीर्तीच्या लोकांना पाहण्याची, भेटण्याची संधी मिळाली, त्यांचे विचार त्यांना जाणून घेता आले; की जे पुढे आयुष्यभर त्यांनी जतन केले, अमलात आणले. काकासाहेब कोणतेही काम करण्याअगोदर त्या कामाबाबत संपूर्ण माहिती गोळा करत. त्यामुळे ते काम त्यांच्या हातून उत्कृष्टरीत्या पार पाडले

जाई. हाही संस्कार शारदाबाईंवर लहान वयात झाला. शारदाबाईंना काकासाहेबांमुळे एक वेगळे विश्व लहानपणात अनुभवण्याची संधी मिळाली; त्यामुळे त्यांचे विचार पुरोगामी, स्वातंत्र्य-समतावादी, बुद्धिप्रामाण्यवादी बनले.

सेवासदनचा संस्कार :

१९१९ मध्ये शारदाबाईंना शिक्षणासाठी काकासाहेबांनी पुण्याच्या सेवासदन या संस्थेत ठेवले. सेवासदनमधील संस्कार, शिक्षण यांतून शारदाबाईंच्या व्यक्तिमत्त्वाचा सर्वांगीण विकास घडून आला. स्त्रीशिक्षण व स्त्रियांना आर्थिकदृष्ट्या स्वावलंबी करण्यासाठी न्यायमूर्ती महादेव गोविंद रानडे यांच्या पत्नी रमाबाई रानडे यांनी सेवासदन संस्थेची स्थापना केलेली होती. समाजामध्ये बदल घडवून आणणारे साधन ज्ञान आहे, या तत्त्वावरती सेवासदनाचा विश्वास होता. सेवासदन संस्थेला रमाबाई रानडे यांनी अतिशय शिस्तीत चालविले होते. तेथील शिस्त व नियमबद्धता यांचा संस्कार शारदाबाईंवर झाला. अकरा मुलांना वाढविताना व त्यांच्यावर योग्य संस्कार करताना शारदाबाईंना सेवासदनमधील शिस्तीचा, गुणांचा फार उपयोग झाला. सेवासदनमध्ये शिक्षणाबरोबरच स्वत:ची कामे स्वत: करावी लागत. तसेच स्वत:च्या गरजेपुरता पैसा स्वत: कमवावा लागे. यातून शारदाबाईंचे विचारविश्व व्यापक होण्यास मदत झाली. सेवासदनने केवळ पुस्तकी शिक्षण दिले नाही, तर पुढील आयुष्यात उपयोगी पडणारे शिक्षण दिले. भरतकाम, विणकाम, चित्रकला या कलांची उत्तम शिकवणूक सेवासदनमध्ये मिळाली, तसेच नर्सिंगचे शिक्षणही मिळाले; जे पुढील आयुष्यात एवढ्या मोठा कुटुंबाची सेवाशुश्रूषा करताना या शिक्षणाचा खूप मोठा फायदा शारदाबाईंना झाला. स्वच्छता, नीटनेटकेपणा, सुंदर अक्षर, उत्तम स्वयंपाक, चांगली भाषा या सर्व गोष्टी शारदाबाईंनी सेवासदनमध्ये आत्मसात केल्या. त्यांच्या वागण्या-बोलण्यामध्ये अहंभाव नव्हता. सोज्ज्वळ व सात्त्विक वागणूक त्यांनी ग्रहण केली. सर्व जाती-धर्माच्या माणसांबरोबर मिळून-मिसळून वागण्याची कला म्हणजेच सर्वधर्मसमभावाचा संस्कार शारदाबाईंवर सेवासदनमधून झाला. १९२६ मध्ये सेवासदनमधून व्हर्नाक्युलर फायनलपर्यंतचे शिक्षण शारदाबाईंनी पूर्ण केले. त्या काळात एका मराठा समाजातील स्त्रीने वसतिगृहात राहून सातवीपर्यंतचे शिक्षण पूर्ण करणे ही गोष्ट दुर्मिळ असण्याबरोबर; मुलींनी शिक्षण घ्यायचे नाही, चार भिंतींच्या आत राहायचे, या पारंपरिक विचारांना छेद देणारी होती. या अर्थाने शारदाबाई पवार या आधुनिक स्त्रीवादी ठरतात.

पारंपरिक स्त्रीत्वाला नकार :

शारदाबाई पवार यांनी सुरुवातीपासून आपल्यामध्ये पारंपरिक स्त्रीत्वाला जाणीवपूर्वक रुजू दिले नाही. स्त्रीत्वाच्या कल्पनेमध्ये त्यांनी स्वत:ला बंदिस्त करून

घेतले नाही. मनामध्ये पारंपरिक स्त्रीत्व मुरू दिले नाही. स्त्री ही दुर्बळ, कोमल, नाजूक, भावनाप्रधान असते; तसेच ती लहानपणी वडिलांवरती, मोठेपणी नवऱ्यावरती, तर म्हातारपणी मुलांवरती अवलंबून असते. याचा अर्थ, स्त्री ही पुरुषाप्रमाणे स्वतंत्र, स्वावलंबी नसून ती आयुष्यभर पुरुषांवरती अवलंबून असते. तसेच स्त्रीचे पावित्र्य या सर्व गोष्टींचा समावेश पारंपरिक स्त्रीत्वात होतो. शारदाबाई पवार यांच्या संपूर्ण जीवनाच्या अभ्यासावरून असे दिसून येते की, त्यांनी प्रत्येक कृतीतून जाणीवपूर्वक पारंपरिक स्त्रीत्व नाकारले. माणूस विवेकी असतो. त्याला चांगले व वाईट यांत फरक करता येतो. प्रयत्नातून मनुष्यांचे जीवन सुकर होऊ शकते. भावनेपेक्षा विवेकावर भर देऊन कृती केल्यास जीवनामध्ये हवे ते यश प्राप्त करता येते. शारदाबाई पवारांचा विवाह १९२६ मध्ये सत्यशोधक पद्धतीने मराठा पुरोहिताकडून झाला. ही घटना अस्तित्वात असलेली हिंदू-विवाह पद्धत मोडणारी होती. स्त्रियांना दडपून टाकणाऱ्या सामाजिक रचनांना विरोध करणारी होती. याचा अर्थ जीवनाची लग्नानंतर सुरुवात करतानादेखील पारंपरिक, भावनिक गोष्टींना नकार देऊन; विवेकाला जे पटते, अशा सत्यशोधक पद्धतीचा त्यांनी स्वीकार केला. लग्नानंतरदेखील शारदाबाई इतर स्त्रियांप्रमाणे आपल्या नव्या संसारात रमल्या नाहीत. याचा अर्थ केवळ आपल्या घरापुरताच विचार त्यांनी केला नाही. आपल्या शेजारी जी मुले-मुली राहात, त्या सर्वांना शारदाबाई शिकवत असत. आपण शिकलो बस झाले, आपले ज्ञान हे केवळ आपल्या व आपल्या कुटुंबासाठी उपयोगात आले पाहिजे, हा संकुचित विचार शारदाबाईंकडे नव्हता. आपल्याला मिळालेल्या ज्ञानाचा उपयोग समाजातील इतर लोकांना झाला पाहिजे, या विचारावर आधारित ही कृती होती.

अ) अंधश्रद्धाविरोधी भूमिका :

गोविंदराव पवार यांची आर्थिक परिस्थिती बेताची होती. पडक्या घरामुळे शारदाबाई व गोविंदरावांना आपल्या यशवंत नावाच्या मुलाला मुकावे लागले होते. मोठे घर भाड्याने घेणे आर्थिक कुवतीच्या बाहेर होते. रंगीलदास गुजर या शेटजीचे मोठे घर रिकामे होते. परंतु तेथे भुते आहेत, असा समज असल्यामुळे तेथे कोणीही राहण्यास तयार नव्हते. शारदाबाईनी गोविंदरावांना ते घर भाड्याने घेण्यास सांगितले. रोज रात्री घरापुढे अंधश्रद्धाळू लोक हळदी, कुंकू, लिंबू, मिरच्या, कोंबड्या टाकत; शारदाबाई रोज सकाळी त्या साफ करत. शारदाबाईंची ही कृती म्हणजे भावनेपेक्षा, अंधश्रद्धेपेक्षा विवेकाला दिलेले स्थान दर्शविणारी होती. त्याच्या बुद्धिप्रामाण्यवादी जीवनात अंधश्रद्धेला कोणत्याही प्रकारचे स्थान नव्हते. लोकांनी त्यांच्यावर टीका केल्यास त्या टिकांकडे त्या दुर्लक्ष करत. त्याचबरोबर त्यांना सांगत, तुमचा समाज तुम्ही सांभाळा, आम्हाला

आमचे काम करू द्या. स्वत:च्या विवेकावर, कृतीवर प्रचंड आत्मविश्वास असणारी शारदाबाईंची ही कृती सर्वच प्रकारच्या पारंपरिक संकल्पना नाकारणारी होती.

ब) बुद्धिप्रामाण्यवादाचा स्वीकार :

त्या वेळी सर्वच समाजावर धर्माचे वर्चस्व होते. ग्रामीण भागात तर जास्तच धार्मिकता होती. व्यक्ती स्वतंत्र असते, तिला स्वत:चा विचार, स्वतंत्र मूल्य असते, या गोष्टींना कोणत्याही प्रकारचे स्थान नव्हते. पुरुषांनाच व्यक्तिस्वातंत्र्य धर्म नाकारत होता, तर स्त्रियांच्या स्वातंत्र्याची गोष्टच नव्हती. शारदाबाईंनी कधीही धार्मिक कर्मकांड केले नाही. कधीही देवधर्म करण्यामध्ये, गणपती उत्सवामध्ये वेळ व पैसा वाया घालविला नाही. त्यांचा पोथ्या-पुराणांवर विश्वास नव्हता. चांगली वागणूक हेच खरे धर्माचे पालन आहे, या तत्त्वावर शारदाबाईंचा विश्वास होता. कठोर परिश्रम, प्रामाणिक व्यवहार व समाजसेवा ही तत्त्वे सोडून त्यांनी दुसऱ्या धार्मिक गोष्टींवरती श्रद्धा ठेवली नाही. त्या आपल्या विचारांशी, धारणेशी, श्रद्धेशी जीवनभर ठाम राहिल्या. त्या काळात स्त्रिया घरात विटाळ पाळीत. शारदाबाई तो पाळण्यासही नकार देत. त्यांच्या विचारांमध्ये स्पष्टता होती, नेमकेपणा होता. बुद्धिप्रामाण्यवादावर अढळ विश्वास होता. धार्मिकतेबाबत सदैव त्यांनी सुधारकी पद्धतीचा अवलंब केला होता. कधीही कोणत्याही परिस्थितीत लोकांच्या टीकेची पर्वा त्यांनी केली नाही. तसेच स्वत: मनाला कधीही मुरड घातली नाही. स्वत:च्या मतावर त्या ठाम राहिल्या; तरीदेखील कोणाच्याही मताचा, श्रद्धांचा त्यांनी कधीही अनादर, अपमान केला नाही. दुसऱ्याचे मत चुकीचे, विरोधात असले; तरीसुद्धा ते ऐकून घेण्याचा विवेक शारदाबाईंमध्ये होता. जॉन स्टुअर्ट मील हा पाश्चिमात्य विचारवंतदेखील म्हणत होता की, हजार माणसे एक म्हणत असतील व एक माणूस त्याच्यापेक्षा वेगळा विचार मांडत असेल, तर त्या व्यक्तीला आपला विचार मांडण्याचे स्वातंत्र्य असले पाहिजे. तो विचार विरोधी असला, तरी इतरांनी तो ऐकून घेतला पाहिजे. हा उदारमतवादी विचार ग्रामीण महाराष्ट्रात शारदाबाईंच्या रूपाने जिवंत दिसतो.

थोरला मुलगा पांडुरंग याची देवावर श्रद्धा होती त्याला देवधर्माची अत्यंत आवड होती. शारदाबाईंचा या सर्व गोष्टींवर विश्वास नसताना, त्या स्वत: देवाची पूजा करीत नसतानादेखील त्यांनी त्यांच्या मुलाची देवाधर्माची आवड चुकीची आहे किंवा तू देवधर्म करू नकोस, असे म्हटले नाही. याउलट, त्यांनी त्याची ती आवड जोपासण्याचे, देवधर्म करण्याचे स्वातंत्र्य त्याला दिले. त्याला मंदिरात जाण्यासाठी अडवणूक केली नाही. हा उदारमतवादी स्वातंत्र्याचा विचार शारदाबाईंकडे होता. कोणत्याही प्रकारच्या अविवेकाला त्यांनी आपल्या जीवनात स्थान दिले नाही. त्यांच्या प्रत्येक विचारातून

व कार्यातून त्यांची कृती ही विवेकावर आधारलेली होती, तसेच ती स्वतंत्रपणे व्यक्त होणारी होती, हेच दिसून येते.

क) आर्थिक स्वावलंबन :

पारंपरिक स्त्रीत्वात स्त्री ही दुर्बळ असते, असे म्हटले; परंतु शारदाबाईंनी आपल्या कृतीतून दाखवून दिले की, स्त्री ही दुर्बळ नसून सामाजिक, आर्थिक समस्या सोडविण्याची, त्यावर मात करण्याची, त्याबरोबर लढण्याची ताकद तिच्याकडे आहे. यासाठी सेवासदनमधील आर्थिक स्वावलंबनाचा संस्कार शारदाबाईंना उपयोगी पडला. कुटुंबातील सदस्यांची संख्या वाढत राहिल्याने खर्च वाढत राहिला व तो भागविण्यासाठी नवा पर्याय शोधणे गरजेचे होते. शारदाबाईंचा शेती हाच मुख्य व्यवसाय होता. सातवीपर्यंतचे शिक्षण घेऊनसुद्धा, नवरा पगारदार असतानासुद्धा शेती करण्याचा निर्णय, यामध्ये शारदाबाईंचा आर्थिक परावलंबन दूर करून आर्थिकदृष्ट्या कुटुंबाला स्वावलंबी करण्याचा महत्त्वाचा विचार होता. त्यासाठी त्यांनी काटेवाडी येथे थोडी जमीन विकत घेतली. भांडवलासाठी स्त्रीधन असणारे दागिने विकले. येथेसुद्धा भावनेपेक्षा विवेकावरच विश्वास ठेवला. घरापासून शेती दूर असल्यामुळे शेतात जाण्या–येण्यासाठी जुना टांगा व घोडे विकत घेतले. त्या स्वत: टांगा चालवत शेतात जात. त्यांची ही कृती समकालीन ग्रामीण स्त्रियांपेक्षा निश्चितच वेगळी आहे. आर्थिक समस्येपासून त्यांनी पलायनवादी भूमिका स्वीकारली नाही किंवा गोविंदरावांना दोष देत राहिल्या नाहीत; तर स्वकर्तृत्वावर, श्रम करून, आर्थिक समस्या सोडवून आर्थिक स्वावलंबनाचा मार्ग स्वीकारला, जो विवेकी होता. पुरुषांनादेखील असे निर्णय घेणे सोपे नव्हते, असा निर्णय शारदाबाईंनी घेतला व कुटुंबाला आर्थिकदृष्ट्या स्वावलंबी केले.

तसेच आपल्या मुलांना भविष्यकाळात आर्थिक स्वावलंबन यावे, त्यांच्यावर आर्थिक परावलंबनाची वेळ येऊ नये, म्हणून जाणीवपूर्वक शारदाबाईंनी जीवनाच्या व्यवहारशाळेमध्ये मुलांना आर्थिक स्वावलंबनाचे धडे दिले; ज्यामुळे त्यांची सर्वच मुले जीवनाच्या वेगवेगळ्या क्षेत्रांमध्ये उंच स्थानावर तर पोहोचली, पण आर्थिकदृष्ट्या स्वावलंबी होण्याबरोबर अनेकांना आर्थिक आधार देणारी ठरली. शारदाबाई शेतातील धान्य, भाज्या विकण्यास त्या मुलांना बाजारात पाठवत. शरद पवार स्वत: वालचंदनगर व आसपासच्या गावांच्या आठवडाबाजारामध्ये धान्य विकण्यास बसत, तर प्रतापराव स्वत: आपल्या वर्गमित्राच्या घरी दूध घालण्यास जात. त्यामुळे स्वत:चा माल स्वत: विकण्याची सवय मुलांना लागली. त्याचबरोबर त्यामध्ये येणाऱ्या समस्यांना, संकटांना सामोरे जाण्याचा व्यवहारी बुद्धि मुलांमध्ये आली. घडणाऱ्या घटना व होणाऱ्या चुका यांमधूनच माणूस घडतो हा संस्कार मुलांवर त्यांनी केला. व्यावसायिक व व्यावहारिक

कौशल्ये मुलांना यातून मिळाली. त्याचबरोबर अनेक जाती–धर्मांतील लोकांबरोबर संपर्क ठेवण्याची, त्यांच्याबरोबर व्यवहार करण्याची कला त्यांना आत्मसात करता आली. कोणत्याही कामाची लाज न बाळगता अनुभवांवर आधारलेले शिक्षण मुलांना शारदाबाईंनी दिले. नेमून दिलेली कामे ठराविक वेळेत पार पाडण्याची शिस्त मुलांमध्ये आली. नियम मोडला, तर त्यासाठी प्रसंगी शिक्षा दिली. आई म्हणून भाबडी माया न करता विवेकी, व्यावहारिक दृष्टिकोन ठेवून मुलांवर संस्कार केले. यातून शारदाबाईंचा कणखरपणा दिसून येतो. त्यांनी मिळालेल्या सर्व पैशांची उधळपट्टी केली नाही. गरजेपुरत्या पैशांचा वापर केल्यानंतर राहिलेल्या पैशांची बचत पोस्टात, सोन्यात केली व त्यातून नंतर जमिनी खरेदी केल्या. आर्थिक स्वातंत्र्यातून आर्थिक आत्मनिर्भरता स्वत:च्या कष्टातून त्यांनी निर्माण केली. कोणत्याही परिस्थितीला शरण न जाता, तिला सामोरे जाऊन, विवेकाच्या आधारे निर्णय घेऊन त्याला श्रमाची, विश्वासाची जोड दिली, तर प्रतिकूल परिस्थिती अनुकूल करता येते. परमेश्वर आपली परिस्थिती बदलत नसतो, तर मनुष्यच त्याच्या जीवनाचा भाग्यविधाता आहे, हे शारदाबाईनी दाखवून दिले. पवार घराण्यात लग्न होऊन आल्या, त्या वेळची आर्थिक परिस्थिती व शारदाबाईंनी नंतर त्यामध्ये केलेला बदल, म्हणजे आर्थिक परावलंबनावर मिळविलेला विजय होता.

ड) राजकीय सहभाग व राजकीय सत्ताप्राप्ती :

शारदाबाईंच्या काळात स्त्रिया राजकारणात भाग घेत नसत. रमाबाई रानडे यांनी स्त्रियांना मताधिकार व प्रतिनिधित्व मिळावे, यासाठी स्त्रियांचे आंदोलन केले होते. रमाबाई रानडेंना महिलांचे राजकीय स्वातंत्र्य हवे होते. परंतु, त्या काळचा समाज पारंपरिक, प्रतिगामी होता. पुरोगामी विचारांना विरोध करणारा असल्याने महिलांचा राजकीय सहभाग व स्वातंत्र्य यांना समाज विरोध करीत होता. ज्या स्वातंत्र्यासाठी रमाबाईंनी संघर्ष केला, तेच राजकीय स्वातंत्र्य त्यांच्याच सेवासदनमध्ये शिकलेल्या मुलीने प्राप्त केले. याचाच अर्थ शारदाबाईंवर सेवासदनमध्ये झालेले संस्कार त्यांना राजकीय क्षेत्रातही उपयोगी पडले. पारंपरिक स्त्रीत्व आपले कार्यक्षेत्र उंबऱ्याच्या आतमध्ये आहे व ते जपण्यामध्ये धन्यता मानत होते. परंतु, शारदाबाईंनी ह्या कल्पना मोडीत काढल्या. स्वत: स्वावलंबी होऊन आपले कार्यक्षेत्र उंबऱ्याच्या बाहेरदेखील घडविले. सामाजिक कल्याणासाठी त्याचा वापर केला. १९३८ मध्ये जिल्हा लोकल बोर्डाच्या निवडणुकीसाठी काँग्रेसपक्षामार्फत शारदाबाई पवार निवडणुकीला उभ्या राहिल्या. ग्रामीण भागातील महिलेने राजकीय क्षेत्रामध्ये प्रवेश करणे आजही ५० % आरक्षणानंतर शुभ किंवा कुटुंबाच्या हिताचे मानले जात नाही. ७४ वर्षांपूर्वी ग्रामीण भागातील एका बहुजन

समाजातील महिलेने राजकीय क्षेत्रात काम करण्याचा निर्णय घेणे ही खूप मोठी बाब होती. या अर्थाने शारदाबाई पवार ह्या आधुनिक होत्या. पुणे जिल्ह्यातून एक जागा महिलेसाठी राखीव ठेवण्यात आली होती. त्या वेळी संपूर्ण जिल्हा हा मतदारसंघ होता. त्या वेळी शारदाबाई पवार बिनविरोध निवडून आल्या. ५० पुरुषांमध्ये एकटी महिला सदस्य काम करीत होती. शेतकऱ्यांचे प्रश्न, महिलांचे प्रश्न, ग्रामीण भागातील जनतेचे प्रश्न सरकारपर्यंत पोहचविण्याचा हा एक मार्ग किंवा साधन म्हणून शारदाबाई या राजकीय सहभागाकडे पाहत होत्या. पोक्त झाल्यानंतर त्यांनी हा निर्णय घेतला नव्हता, तर अगदी तरुणवयामध्ये हा राजकीय सहभाग घेतला होता. आजही ५० % आरक्षण असूनसुद्धा तरुण स्त्रियांचा राजकारणातील सहभाग अत्यल्प आहे. ७४ वर्षांपूर्वी शारदाबाई लोकल बोर्डाच्या सदस्य झाल्या, त्या वेळी त्यांचे वय केवळ सव्वीस वर्षांचे होते. अत्यंत तरुण वयातील ग्रामीण महिलेचा हा राजकारणातील सहभाग होता. बारामती ते पुणे हे अंतर १०० कि.मी.पेक्षा जास्त आहे. आजही हा प्रवास विनाथांबा एस.टी. बसने करण्यासाठी तीन तास एवढा वेळ लागतो. ७४ वर्षांपूर्वी रस्त्याची, वाहनांची सोय नव्हती. वाहतूक दळण-वळण साधनांचा विकास झालेला नव्हता. अशा काळात एकट्या स्त्रीने महिन्यातून एकदा लोकल बोर्डाच्या बैठकीला हजर राहणे; ही गोष्टच अनेक पारंपरिक रूढी, कल्पना, भावना यांचा त्याग करणारी होती. सात महिन्यांची गर्भवती असताना, तसेच घरात लहान बाळ असतानासुद्धा शारदाबाई सलग चौदा वर्षे बैठकांना पुण्याला येत राहिल्या. पन्नास पुरुषांच्या सभेमध्ये एकटी स्त्री-सदस्य असतानाही कधीही गप्प बसल्या नाहीत किंवा वायफळ बडबड केली नाही; तर नेहमी चर्चांमध्ये अभ्यासपूर्ण सहभाग घेतला. अनेक प्रकारचे विरोधी वातावरण असताना, शारदाबाईंनी सलग चौदा वर्षे राजकीय क्षेत्रामध्ये आपला तोल कधीही ढळू दिला नाही. आपल्या पतीच्या विश्वासाला तडा जाईल, अशी कोणतीही कृती केली नाही. जबाबदारीचे भान राजकीय क्षेत्रात वावरताना शारदाबाईंनी सतत जपले. आपला राजकीय सहभाग हा भविष्यकालीन स्त्रियांसाठी एक मार्ग आहे, त्यामुळे आपण तो एक आदर्श किंवा चांगला पायंडा कसा निर्माण करता येईल, यावर शारदाबाईंनी भर दिला. आपल्याला मिळालेल्या सार्वजनिक क्षेत्रातील स्वातंत्र्याचा त्यांच्याकडून कधीही गैरवापर झाला नाही. त्यामध्ये येणाऱ्या संकटांनादेखील त्या घाबरल्या नाहीत. संकटांवरती मात करून आपल्या राजकीय सहभागाचा वापर सामान्यांचे प्रश्न सोडविण्यासाठी केला. त्यांनी सार्वजनिक धोरणनिर्मितीमध्ये सक्रिय सहभाग घेतला.

शेतमालाला योग्य भाव, शेतीला पाणी, मोकाट जनावरांचा बंदोबस्त यांसारखे शेतकऱ्यांच्या हितांचे मुद्दे शारदाबाईंनी जिल्हा लोकल बोर्डापुढे मांडले. दुष्काळावर

उपाय म्हणून लोकल बोर्डाने आपला फेमिन फंड कायम ठेवावा, त्यातून दुष्काळी कामावर खर्च केला जावा, अशाही सूचना मांडल्या. शेतकी प्रदर्शनाची १९३८ मध्ये शारदाबाईंनी मागणी केली व बोर्डाने ती मान्यदेखील केली. गावामध्ये पिण्याच्या पाण्याची सोय करण्यावर भर दिला. सरकारने घातलेल्या जिल्हा धान्यबंदीला विरोध केला. मोकाट जनावरांचा बंदोबस्त करण्यासाठी उपाययोजना केली. अशाप्रकारे सामान्यांच्या हिताची सार्वजनिक धोरणआखणी आणि अंमलबजावणीचे कार्य शारदाबाई पवार यांनी केले.

राजकीय सत्ता व निर्णयनिश्चिती :

शारदाबाई पवार सलग १४ वर्षे पुणे जिल्हा लोकल बोर्डाच्या सदस्य राहिल्या. या १४ वर्षांच्या काळात त्यांनी विविध सत्तेची पदे मिळविली. बांधकाम समितीच्या चेअरमन म्हणून काम केले. सत्तेचा वापर हा निर्णयनिश्चिती व त्यातून सामान्यांच्या कल्याणासाठी झाला पाहिजे, यासाठी त्या प्रयत्नशील राहिल्या. त्यांच्या चेअरमनपदाच्या कारकिर्दीत त्यांनी ग्रामीण भागात ५१ नवीन रस्त्यांची बांधणी केली. एका अर्थाने महाराष्ट्रातील दुष्काळी, ग्रामीण भाग त्यांनी विकसित शहरांना जोडला. रस्त्यांच्या रूपाने विकासाची गंगा ग्रामीण भागात पोचविण्याचे कार्य शारदाबाई पवार यांनी केले. ग्रामीण भागातील परंपरेला आधुनिकेची ओळख करून देण्याचा हा एक प्रयत्न होता. तसेच इमारती, दवाखाने, धर्मशाळा दुरुस्तीवर त्यांनी या काळात भर दिला. तीन वेळा त्या पब्लिक हेल्थ कमिटीच्या सदस्य होत्या. त्या काळात १५ नवीन दवाखान्यांना लोकल बोर्डाची मंजुरी त्यांनी मिळविली. पंचायत कमिटीच्या त्या दोन वेळा सदस्य होत्या. त्या वेळी त्यांनी इयत्ता १ ली व २ री च्या वर्गांसाठी बेसिक एज्युकेशनची मागणी केली होती. १९५० या वर्षात तर पब्लिक हेल्थ कमिटी, स्टॅंडिंग कमिटी, बजेट कमिटी व पंचायत समिती अशा एकूण चार समित्यांवर त्यांनी काम केले. यावरून शारदाबाईंच्या कामाचा आवाका व व्याप लक्षात येतो, तसेच त्यांची गुणवत्तादेखील दिसून येते. त्यांच्यावर एवढ्या जबाबदाऱ्या सोपविल्या होत्या यातूनच त्यांची कार्यक्षमता, निर्णयशक्ती दिसून येते.१४ वर्षांच्या कालखंडात त्यांनी कधीही सार्वजनिक पैशांचा वापर व्यक्तिगत फायद्यासाठी केला नाही. बारामतीवरून पुण्यास येण्यास उशीर झाला, सभेमध्ये भाग घेता आला नाही, तर त्या दिवसाचा प्रवासभत्ता घेत नसत.

महिलांचे आयुष्य त्यांच्या पतीवर अवलंबून होते. ग्रामीण भागात नवरे दारू पीत व त्यातून स्त्रियांवर अन्याय होत. महिलांचे शोषणाचे एक हत्यार म्हणजे दारू अशी अवस्था होती. त्या वेळी मुंबई सरकारने मद्यपानबंदीबाबत कायदा केला. या

मुंबई सरकारच्या कृतीचे अभिनंदन करण्यासाठी सभेत शारदाबाईंनी ठराव मांडला, वर त्या ठरावावर अभिनंदनपर भाषणही केले.

बेसिक एज्युकेशन, रस्ते, दवाखाने, दुष्काळासाठी फेमिन फंड, शेतकऱ्यांचे हित, शेतकी प्रदर्शन, पिण्याच्या पाण्याची सोय, धान्यबंदीला विरोध तर मद्यपानबंदीचे स्वागत, मंदिराची दुरुस्ती यांसारख्या अनेक निर्णयांमधून ग्रामीण भागाच्या विकासाचा त्यांनी पाया घातला. ग्रामीण भागामध्ये परिवर्तनप्रक्रियेला चालना दिली. ग्रामीण भागाचा सर्वांगीण विकास करण्याची ही मुहूर्तमेढ शारदाबाई पवारांनी रोवली. त्यांचाच वारसा शरद पवारांनी चालविला. सर्व सोयी-सुविधा, उद्योग, शिक्षण, पाणी, वीज, ग्रामीण भागात पोचवून ग्रामीण अर्थव्यवस्थेचा विकास घडवून आणला.

इ) अस्पृश्यता निवारणामधील सहभाग :

ग्रामीण भागामध्ये स्त्रियांद्वारे जातीव्यवस्था जास्त पाळली जात होती. परंतु शारदाबाईंनी जाणीवपूर्वक जातीव्यवस्था नाकारली. पारंपरिक स्त्रीत्व, धर्म व जातीव्यवस्थेचे पालन करण्यातच खरे स्त्रीत्व आहे, असे मानत. परंतु, माणूस हाच महत्त्वाचा आहे, त्याची जात कोणती हा घटक महत्त्वाचा नाही, माणसाने माणसाला मदत केली पाहिजे, माणुसकीचा धर्म पाळला पाहिजे, यावर त्यांचा विश्वास होता. समाजातील अस्पृश्यता त्यांना मान्य नव्हती. पाण्यासाठी अस्पृश्यांना एवढा मोठा संघर्ष करावा लागवा आहे, म्हणून शारदाबाईंनी स्वत: आपल्या घरातील पाण्याचा हौद सर्वांसाठी खुला केला. तेथे अस्पृश्यांना देखील पाणी भरता येत होते. कोणत्याही प्रकारचा भेदभाव केला जात नव्हता. या त्यांच्या कृतीमुळे मुलांच्या मित्रांनी त्यांच्याबरोबर खेळण्यास नकार दिला. तरीसुद्धा शारदाबाई आपल्या निर्णयावर ठाम राहिल्या. याउलट, त्यांनी मुलांना सर्वधर्मसमभावाचे पालन केले पाहिजे, असा विचार दिला.

ई) आधुनिक शिक्षणपद्धतीचा स्वीकार :

ग्रामीण भागामध्ये त्या वेळी मुलांना शिकविले जात नव्हते. शारदाबाईनी आपल्या सर्व मुलांना शिकविले. केवळ शिकविले नाही, तर आधुनिक शिक्षण दिले. घरची शेती असतानासुद्धा शेतीऐवजी त्यांनी मुलांच्या शिक्षणावर भर दिला. आर्थिक परिस्थिती बेताची असतानासुद्धा त्यांनी शिक्षणाला नकार दिला नाही. पुण्याला मुलांना शिक्षणासाठी ठेवल्यानंतर स्वत: त्यांना पहाटे उठून डबा करून, टांगा जुपून एस.टी. स्टँडपर्यंत येऊन तो पुण्याला पोहचविला. मुलांना केवळ पारंपरिक शिक्षण देऊन त्या थांबल्या नाहीत, तर बाळासाहेबांना बडोद्याला आर्किटेक्चरच्या अभ्यासासाठी, तर प्रतापरावांना राजस्थानमधील पिलानी येथे इंजिनिअरच्या अभ्यासक्रमासाठी ठेवले. माधवरावांना

इंजिनिअरिंगसाठी इंग्लंडला पाठविले. त्या वेळी लोक आपल्या मुलांना आपल्यापासून दूर ठेवत नसत. शारदाबाईंनी मुलांना महाराष्ट्राच्या, देशाच्या बाहेर आधुनिक शिक्षणासाठी पाठविले. दागिने, जमीन विकून शिक्षणावर खर्च केला. ही शारदाबाईंची कृती निश्चितच काळाच्या पुढे जाणारी होती. तसेच बदलत्या काळानुसार स्वत: बदलविणारी होती. मुलांबरोबर त्यांनी मुलींनाही शिक्षण दिले. समस्यांची उत्तरे शोधण्यास शिकविले. वाचनाची आवड निर्माण केली. त्याबरोबर शरीर सुदृढ राहिले पाहिजे, यासाठी त्यांना व्यायामाची सवयही लावली. कणखरपणा, चिकाटी, काटकसरीची राहणी, अविरत श्रम हे सर्व गुण आपल्या मुलांमध्ये संस्कारातून दिले. शिक्षण हे सामाजिक, वैचारिक परिवर्तनाचे माध्यम आहे; तसेच आर्थिक, मानसिक गुलामगिरीतून मुक्तता मिळवण्याचे एक साधन, हे सतत मुलांवर बिंबवले. अपयश, नकार पचविण्याची ताकद मुलांमध्ये निर्माण केली. अश्रू म्हणजे दुबळेपणा आहे, हा शारदाबाईंचा विचार त्यांनी शिक्षणातून आत्मसात केला होता. तो संस्कार त्यांनी मुलांवरही केला.

उ) वैचारिक स्वातंत्र्याची जपणूक :

वसंतरावांनी शेतकरी कामगार पक्षाचे काम सुरू केले. शारदाबाईंचा कलदेखील शेतकरी हिताचा असल्याने व काँग्रेस पक्ष, शेतकऱ्यांचे हित जपत नाही, हे लक्षात आल्यावर शेकापचे कार्य सुरू केले. १९५९ साली पोटनिवडणुकीसाठी शेकापने वसंतरावांना उमेदवारी दिली. परंतु, शरद पवारांनी मात्र काँग्रेसपक्षाचे काम केले. शारदाबाईंना त्यांना कसलाही दोष न देता किंवा आरोप न करता त्यांचे वेगळे मत जोपासण्याचे स्वातंत्र्य दिले. शारदाबाईंनी वसंतराव व शरदराव या दोन्ही मुलांना आपले स्वतंत्र मत जोपासण्याचे स्वातंत्र्य दिले. एक आई म्हणून शारदाबाईंकडे असणारी ही दृष्टी निश्चितच पुरोगामी होती. शरदराव काँग्रेसचे नेतृत्व करीत होते, तेव्हासुद्धा त्या म्हणत, काँग्रेसने स्वीकारलेली समाजवादी समाजरचना तळागाळातील जनतेला न्याय मिळवून देऊ शकेल काय? आधी समृद्धी व नंतर वाटप हे काँग्रेसचे तत्त्व मुलत: चुकीचे आहे, असे वाटप गरिबांचा विश्वास संपादन करून संपत्तीच्या वाटपामध्ये त्यांना आधी न्याय मिळाला पाहिजे व त्यातून एक-संध समाजाची निर्मिती होऊ शकते. परंतु काँग्रेसमध्ये शरदरावांची कामगिरी बहरत होती, हे पाहिल्यावर त्यांनी प्रश्न विसरून शरदरावांना पाठिंबा दिला.

मुलींचे विवाह झाल्यानंतर त्यांनी मुलींनाही स्वातंत्र्य दिले. त्यांच्या आर्थिक अडचणी सोडविण्यास मदत केली. परंतु, त्यांच्या संसारात कधीही हस्तक्षेप केला नाही. आपले निर्णय त्यांच्यावर कधीही लादले नाहीत, उलट स्वत:चे संसार स्वत: नेटकेपणाने व धैर्याने सांभाळले पाहिजेत, अशी शिकवण दिली.

ऊ) परोपकारी वृत्ती :

स्त्रिया फक्त आपल्यापुरते व आपल्या कुटुंबापुरते पाहतात, असा आरोप स्त्रियांवर होतो; परंतु शारदाबाई याला अपवाद आहेत. नेहमीच त्यांची वृत्ती ही परोपकारी राहिलेली दिसते. त्यांनी कोणतीही अपेक्षा न ठेवता दुसऱ्यांना निरपेक्षबुद्धिने मदत केली. शेतकऱ्यांना दुष्काळात अन्नधान्याच्या रूपाने मदत केली. शेतकऱ्यांच्या जमिनी लिलावात जाऊ नयेत, म्हणून त्यांना सर्वतोपरी मदत केली. ज्या स्त्रियांना कोणाचाही आधार नव्हता, अशा निराधार स्त्रियांना शारदाबाईंनी मदत केली. १९४९ मध्ये पुणे येथे महाराष्ट्र व अखिल भारतीय शारीरिक शिक्षण परिषद भरणार होती. ती यशस्वी होण्यासाठी तिला आर्थिक मदतीची गरज होती. त्यांनी वर्गणी गोळा करून या परिषदेला आर्थिक मदत केली. एकूणच शारदाबाईंच्या या परोपकारी वृत्तीत त्यांनी सामाजिक ऋण फेडण्याचा आपल्यापरीने प्रयत्न केला. आपल्याला मिळालेले जीवन हे दुसऱ्याचे कल्याण करण्यासाठी, त्यांचे अश्रू पुसण्यासाठी उपयोगात आले पाहिजे; असे संस्कार त्यांनी आपल्या अकरा मुलांवर केलेले दिसतात. शरद पवारांनी सत्तेत असताना अशा प्रकारचे अनेक निर्णय घेतले. त्यांच्या या निर्णयातून सामाजिक समता, न्याय प्रस्थापित करण्याचा जाणीवपूर्वक प्रयत्न होता. हा वारसा त्यांना त्यांच्या आईकडून मिळाला.

क) स्वातंत्र्यलढ्यात व संयुक्त महाराष्ट्र चळवळीत सहभाग :

शारदाबाईंनी प्रत्यक्षपणे स्वातंत्र्यलढ्यात सहभाग घेतला नसला, तरीसुद्धा स्वातंत्र्यलढ्यात अनेक स्वातंत्र्यवीर भूमिगत राहून कार्य करीत होते. या भूमिगतांना जर सामान्य जनतेचा पाठिंबा व सहकार्य नसते, तर ते आपले कार्य पूर्ण करू शकले नसते. शारदाबाईंनी आपल्या घरामध्ये अनेक भूमिगतांना आश्रय दिला होता. या अर्थाने त्यांचे भारतीय स्वातंत्र्यलढ्याला योगदान झालेले दिसते. संयुक्त महाराष्ट्र चळवळीत पवार कुटुंबीयांचे योगदान फार मोठे आहे. संपूर्ण महाराष्ट्रात बारामतीतील आंदोलनाचे ते एक मुख्य केंद्र होते. वसंतराव पवार तेव्हा पुणे जिल्हा संयुक्त महाराष्ट्र समितीचे अध्यक्ष होते. संयुक्त महाराष्ट्र चळवळीत शारदाबाईंच्या नेतृत्वाखाली महिलांनी मोर्चा काढला होता. त्या वेळी शारदाबाईंना स्वत:च्या पायावर चालता येत नसतानादेखील कुबडी घेऊन त्यांनी या मोर्चाचे नेतृत्व केले होते. त्यांना एक दिवसाची तुरुंगवासाची शिक्षा झाली होती.

सारांश :

शारदाबाई पवार ह्या आधुनिक होत्या. पारंपरिक समाजात, ग्रामीण भागात राहूनही त्यांनी पारंपरिक स्त्रीत्व, प्रतिगामीत्व, रूढी, प्रथा, परंपरा, दुसऱ्यांचा हेवा,

द्वेष, संघर्ष, नकार या गोष्टींना जाणीवपूर्वक नाकारले. प्रतिकूल परिस्थितीला दोष देत बसण्यापेक्षा त्यांनी स्वकर्तृत्वाने त्या परिस्थितीमध्ये बदल घडवून आणला. विवेक, बुद्धिप्रामाण्यवाद यांना प्रमाणभूत मानून त्यांनी हा बदल घडविला. भावना व विवेक यांमध्ये त्यांनी नेहमीच विवेकाच्या बाजूने निर्णय घेतले. स्वातंत्र्य, समता, न्याय, समान वितरण, मूल्य या सर्व तत्त्वांचे पालन त्यांनी केले, म्हणून शारदाबाई पवार ह्या अर्थाने उदारमतवादी होत्या. शारदाबाईंच्या रूपाने उदारमतवादी विचार ग्रामीण भागांमध्ये पसरला. रमाबाई रानडे यांच्या सेवासदनमधून शारदाबाईंनी उदारमतवादी विचार आत्मसात केला. उदारमतवाद शारदाबाईंकडून तो शरद पवारांकडे गेला. एका अर्थाने असे म्हणता येते की, महाराष्ट्रातील उदारमतवादाचा विकास न्यायमूर्ती महादेव गोविंद रानडे यांच्याकडून रमाबाई रानडे यांच्याकडे; तर रमाबाई रानडे यांच्याकडून तो शारदाबाई पवार यांच्याकडे, तर शारदाबाई पवार यांच्याकडून तो शरद पवारांकडे झालेला दिसतो.

संदर्भ

१. चव्हाण सरोजिनी, २००८, शारदाबाई गोविंदराव पवार, सकाळ प्रकाशन, पुणे

२. विद्वांस माधव, साहाय्य वैद्य सरोजिनी, १९८९, श्रीमती रमाबाई रानडे व्यक्ती आणि कार्य, मॅजेस्टिक प्रकाशन, मुंबई

३. भागवत विद्युत, २००४, स्त्री प्रश्नाची वाटचाल, प्रतिमा प्रकाशन, पुणे

४. गाडे सोपान (संपा.) २००८, महाराष्ट्रातील महिलाराज, आविष्कार प्रकाशन, पुणे

५. ऑम्वेट गेल, एकोणिसाव्या शतकात उदय पावलेल्या भारतीय स्त्री चळवळी, परामर्श, खंड ११, अंक १ मे १९८९.

३

साठीच्या दशकातील महिलांचा अराजकीय सहभाग

प्रस्तावना :

साठीच्या दशकात संयुक्त महाराष्ट्राची स्थापना झाली. स्थानिक स्वराज्य संस्थांनच्या प्रयोगाचा आरंभ झाला. सहकार चळवळ व शिक्षण संस्था यांनी गती घेतली. साठीच्या दशकाला पन्नासीच्या दशकाची पार्श्वभूमी होती. पन्नाशीच्या दशकात संयुक्त महाराष्ट्र चळवळ आणि गोवा मुक्ती आंदोलनात महिलांचा सहभाग होता. प्रमिला ओक या संयुक्त महाराष्ट्र समितीच्या सहकार्यवाह होत्या. १५० स्त्रिया दिल्ली येथील आंदोलनात त्या सहभागी झाल्या होत्या. अशा महाराष्ट्रातील भरभराटीच्या दशकात महिलांचा राजकीय सहभाग मात्र परिघावरील राहिला. १९६२ व १९६७ अशा दोन निवडणुकांमध्ये मिळून २२ महिला महाराष्ट्र विधानसभेवर निवडून आल्या होत्या. १९६२ मध्ये १३, १९६७ मध्ये ९ अशा २२ महिला निवडून आल्या होत्या. १९७२ मध्ये एकही महिला महाराष्ट्र विधानसभेवर निवडून आली नाही. मात्र प्रभा राव १९७२ ते १९७६ आणि १९७६ ते १९७७-७८ या दरम्यान सत्तरीच्या दशकात मंत्री होत्या.

(अ) १९६२ ची निवडणूक :

संयुक्त महाराष्ट्राच्या स्थापनेनंतरची ही पहिलीच निवडणूक होती. संयुक्त महाराष्ट्र स्थापनेचे श्रेय काँग्रेस पक्षाच्या पदरात पडले होते. शिवाय या निवडणुकीचे नेतृत्व यशवंतराव चव्हाण यांच्याकडे होते. १९६२ च्या विधानसभा निवडणुकीत २६४ जागांसाठी निवडणूक झाली. २६४ जागांपैकी १३ महिला विधानसभेवर निवडून आल्या, तर २६४ पैकी २५१ पुरुष महाराष्ट्राच्या विधानसभेवर निवडून आले. हे प्रमाण फारच व्यस्त आहे; कारण ४.९२ टक्के महिला आमदार झाल्या, तर पुरुषांचे प्रमाण ९५.०७ टक्के आहे. (पहा तक्ता क्र. ३.१) वाळकेश्वर, भायखाळा, नायगाव, कुर्ला, ठाणे, बारामती, अक्कलकोट, बार्शी, यावल, बुलढाणा, मूर्तीजापूर, नागपूर,

वैजापूर या १३ मतदारसंघातून महिला निवडून आल्या होत्या.

तक्ता क्र.३.१

महिला – पुरुष घटकांनुसार आमदारांचे वर्गीकरण (१९६२)

अ.क्र.	प्रकार	आमदारांची संख्या	टक्के
१	महिला	१३	४.९२
२	पुरुष	२५१	९५.०७
	एकूण	**२६४**	**१००**

४.९२ % महिला १३

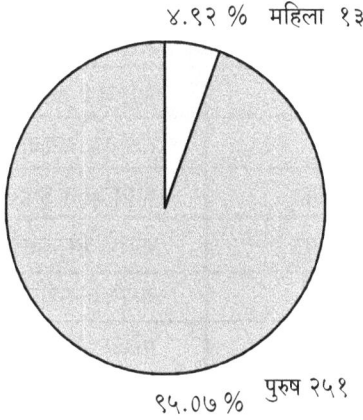

९५.०७ % पुरुष २५१

(टीप : तक्ता क्र.३.१ नुसार बनवलेला आलेख)

१९६२ मध्ये महाराष्ट्राच्या प्रत्येक विभागातून महिला निवडून आल्या होत्या. मुंबईसह कोकण विभागातून पाच महिला निवडून आल्या होत्या. पश्चिम महाराष्ट्रातून तीन महिला निवडून आल्या होत्या. उत्तर महाराष्ट्रातून केवळ एक महिला निवडून आली होती. विदर्भातून तीन महिला निवडून आल्या होत्या. मराठवाड्यातून एक महिला निवडून आली होती (पहा तक्ता क्र. ३.२).

तक्ता क्र.३.२

महाराष्ट्र विधानसभेतील मतदारसंघनिहाय महिला सदस्य (१९६२)

अ.क्र.	मतदार संघ	महिला सदस्यांची नावे
१	वाळकेश्वर	देसाई मणिबेन नानुभाई
२	भायखाळा	क्युमर नायेर अहमद
३	नायगाव	साळवे शकुंतला चिंतामण
४	कुर्ला	मगर अंजनाबाई नरहर
५	ठाणे	मोकल चंपा गोवर्धन
६	बारामती	शिरोळे मालतीबाई माधवराव
७	अक्कलकोट	भोसले निर्मलाराजे विजयसिंह
८	बार्शी	झाडबुके प्रभाताई शंकरराव
९	यावल	देशपांडे रमाबाई नारायण
१०	बुलढाणा	कोतांबकर इंदिराबाई रामराव
११	मूर्तिजापूर	कोरपे कुसुमताई वामनराव
१२	नागपूर	बलराज सुशीलाबाई
१३	वैजापूर	मच्छिंद्रनाथ गिरजाबाई

१९६२ च्या विधानसभा निवडणुकीत सर्व महिला काँग्रेस पक्षाकडून निवडून आल्या होत्या. काँग्रेसेतर पक्षाकडून एकही महिला निवडून आली नाही (पहा तक्ता क्र. ३.३).

तक्ता क्र.३.३

महिला आमदारांचे पक्षनिहाय वर्गीकरण (१९६२)

अ.क्र.	पक्ष	महिला सदस्यांची नावे
१	काँग्रेस	देसाई मणिबेन नानुभाई
२	काँग्रेस	क्युमर नायेर अहमद
३	काँग्रेस	साळवे शकुंतला चिंतामण
४	काँग्रेस	मगर अंजनाबाई नरहर
५	काँग्रेस	मोकल चंपा गोवर्धन

अ.क्र.	पक्ष	महिला सदस्यांची नावे
६	काँग्रेस	शिरोळे मालतीबाई माधवराव
७	काँग्रेस	भोसले निर्मलाराजे विजयसिंह
८	काँग्रेस	झाडबुके प्रभाताई शंकरराव
९	काँग्रेस	देशपांडे रमाबाई नारायण
१०	काँग्रेस	कोतांबकर इंदिराबाई रामराव
११	काँग्रेस	कोरपे कुसुमताई वामनराव
१२	काँग्रेस	बलराज सुशीलाबाई
१३	काँग्रेस	मच्छिंद्रनाथ गिरजाबाई

१९६२ च्या विधानसभा निवडणुकीत सर्वात जास्त मते भोसले एन. व्ही. यांना मिळाली होती. त्यांच्या मतांची टक्केवारी ७७.८२ होती. (पहा तक्ता क्र. २.३), तर सर्वात कमी मते बलराज सुशीला यांना मिळाली होती. त्या २९.५० टक्के मते मिळवून निवडून आल्या होत्या. थोडक्यात, २९.५० टक्के ते ७७.८२ टक्के या दरम्यानची मते घेऊन महिला उमेदवार निवडून आल्या होत्या (पहा तक्ता क्र. ३.४).

तक्ता क्र.३.४

महिला आमदारांना मिळालेली मते व टक्केवारीचे वर्गीकरण (१९६२)

अ.क्र.	महिला सदस्यांची नावे	मिळालेली मते	टक्केवारी
१	देसाई मणिबेन नानुभाई	२४३५१	४९.४९
२	क्युमर नायेर अहमद	१९४०९	३५.१५
३	साळवे शकुंतला चिंतामण	२०७३१	३९.४०
४	मगर अंजनाबाई नरहर	३४१५३	४५.६६
५	मोकल चंपा गोवर्धन	२०५८३	४१.६२
६	शिरोळे मालतीबाई माधवराव	१४७५१	४६.८६
७	भोसले निर्मलाराजे विजयसिंह	२७२९१	७७.८२
८	झाडबुके प्रभाताई शंकरराव	३२७५७	६४.९३
९	देशपांडे रमाबाई नारायण	१५८०९	४२.८५

अ. क्र.	महिला सदस्यांची नावे	मिळालेली मते	टक्केवारी
१०	कोतांबकर इंदिराबाई रामराव	१८२६६	४१.४१
११	कोरपे कुसुमताई वामनराव	३०१७७	६०.३२
१२	बलराज सुशीलाबाई	१२८५९	२९.५०
१३	मच्छिंद्रनाथ गिरजाबाई	२३८३०	६५.१४

१९६२ च्या विधानसभा निवडणुकीत तीन महिला मराठा जातीतील निवडून आल्या होत्या व एक कुणबी जातीतील निवडून आली होती. उदा. मगर अंजनाबाई नरहर, शिरोळे मालतीबाई माधवराव, भोसले एन. व्ही. व कोरपे कुसुमताई वामनराव (कुणबी) इत्यादी. या खालोखाल अमराठी महिला निवडून आल्या होत्या. उदा. देसाई मणिबेन नानुभाई, मोकल चंपा गोवर्धन, बलराज सुशीलाबाई इत्यादी. देशपांडे रमाबाई नारायण (ब्राह्मण), क्युमर नायेर अहमद (मुस्लिम), साळवे शकुंतला चिंतामण (अनुसूचित जातीगट) व झाडबुके प्रभाताई शंकरराव (लिंगायत) अशी प्रत्येकी एक महिला निवडून आली होती. १९६२ च्या विधानसभा निवडणुकीमध्ये मुस्लिम व नवबौद्ध अशा दोन धार्मिक गटांतील प्रत्येकी एक महिला निवडून आली होती. हिंदू धार्मिक गटातील १३ पैकी ११ महिला निवडून आल्या होत्या (पहा तक्ता क्र.३.५).

तक्ता क्र.३.५

महाराष्ट्र विधानसभेतील महिला आमदारांचे धर्म घटकनिहाय वर्गीकरण (१९६२)

अ. क्र.	धर्म	संख्या	टक्केवारी
१	हिंदू	११	८४.६१
२	मुस्लिम	१	७.६९
३	नवबौद्ध	१	७.६९
	एकूण	१३	१००

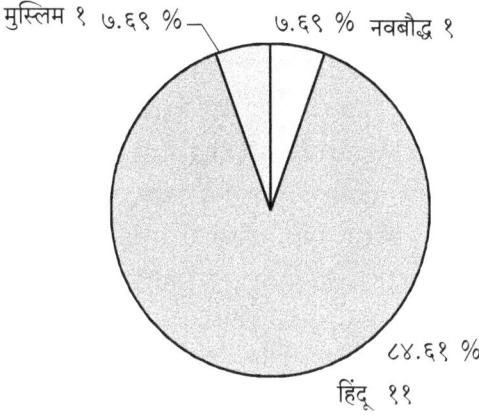

मुस्लिम १ ७.६९ %   ७.६९ % नवबौद्ध १

८४.६१ %
हिंदू ११

(टीप : तक्ता क्र.३.५ नुसार बनवलेला आलेख)

साठीच्या दशकातील १९६२ ते १९६७ हा पाच वर्षांचा कालावधी पुरोगामी महाराष्ट्रात महिलांच्या सहभागासंदर्भात मात्र प्रतिगामी विचार करणारा ठरला होता. या विधानसभेवर एकाअर्थाने पुरुषांचे नियंत्रण होते. पुरुषांनी महिलांच्या विधानसभेतील राजकीय सहभागावर बहिष्कार घातला होता, अशी जवळजवळ परिस्थिती होती. ग्रामीण व शहरी असा फरक केल्यास शहरी किंवा निम-शहरी भागातील मध्यमवर्गीय व व्यापारी वर्गातील महिला निवडून आल्या होत्या. पूर्ण ग्रामीण भागातील महिला निवडून येण्याचे प्रमाण फारच कमी होते. त्यामुळे या काळातील लोकशाहीसमोर महिला वर्गात विस्तार करण्याचे आव्हान अधोरेखित झाले; कारण स्थानिक शासन संस्था, सहकार चळवळ, ग्रामीण भागात राजकारण सरकणे या घटना घडून महाराष्ट्रातील लोकशाही व्यापक झाली. मात्र, महिला वर्गाच्या राजकीय सहभागाच्या मुद्द्यांवर महाराष्ट्रातील लोकशाहीविस्तार अडखळला होता.

(ब) १९६७ ची निवडणूक :

साठीच्या दशकातील १९६७ ची निवडणूक दुसरी होती. या निवडणुकीचे विशेष वैशिष्ट्य म्हणजे, प्रतिभा पाटील १९६७ च्या निवडणुकीत प्रथमच निवडून आल्या होत्या. १९६७ ते १९७२ पर्यंत आरोग्य, पर्यटन, गृहनिर्माण, संसदीय कामकाज या खात्यांच्या त्या राज्यमंत्री होत्या. प्रतिभा पाटील या विरोधी पक्षनेत्या ते थेट राष्ट्रपती पदापर्यंत पोहोचल्या. १९७९ ते फेब्रुवारी १९८० पर्यंत त्या विरोधी पक्ष नेत्या होत्या, पाटील राज्यसभेच्या उपसभापती होत्या. तसेच त्या राजस्थानच्या १६ व्या राज्यपाल होत्या (८ नोव्हेंबर २००४ ते २३ जुलै २००७). २५ जुलै २००७ रोजी त्या

भारताच्या पहिल्या महिला राष्ट्रपती झाल्या. त्यांच्या राजकारणाची सुरुवात या निवडणुकीपासून सुरू झाली होती.

१९६७ च्या विधानसभेत २७० जागांसाठी निवडणूक झाली होती. २७० जागांपैकी ९ महिला विधानसभेवर निवडून आल्या होत्या, तर २७० पैकी २६१ पुरुष महाराष्ट्राच्या विधानसभेवर निवडून आले होते. हे प्रमाण १९६२ पेक्षा जास्त व्यस्त आहे; कारण ३.३३ टक्के महिला आमदार झाल्या, तर पुरुषांचे प्रमाण ९६.६६ टक्के आहे. (पहा तक्ता क्र.३.६). संगमेश्वर, जव्हार, सिन्नर, ऐदलाबाद, बुलढाणा, मूर्तीजापूर, नागपूर, अक्कलकोट व बार्शी या नऊ विधानसभा मतदारसंघांतून महिला निवडून आल्या होत्या.

तक्ता क्र. ३.६
महिला – पुरुष घटकांनुसार आमदारांचे वर्गीकरण (१९६७)

अ.क्र.	प्रकार	आमदारांची संख्या	टक्केवारी
१	महिला	०९	३.३३
२	पुरुष	२६१	९६.६६
	एकूण	२७०	१००

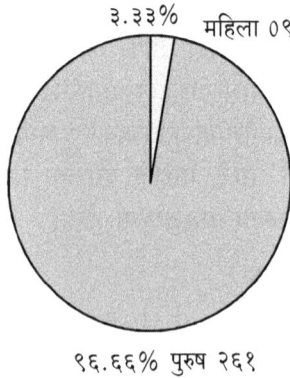

३.३३% महिला ०९

९६.६६% पुरुष २६१

(टीप : तक्ता क्र.३.६ नुसार बनवलेला आलेख)

१९६७ मध्येही महाराष्ट्रातील मराठवाडा विभाग वगळून प्रत्येक विभागातून विधानसभेवर महिला निवडून आल्या होत्या. यांपैकी मुंबईसह कोकण विभागातून दोन महिला निवडून आल्या होत्या. पश्चिम महाराष्ट्रातून दोन महिला निवडून आल्या होत्या. उत्तर महाराष्ट्रातून दोन महिला निवडून आल्या होत्या. विदर्भातून तीन महिला

निवडून आल्या होत्या (पहा तक्ता क्र.३.७). १९६२ च्या तुलनेत एक महत्त्वाचा फरक झाला; तो म्हणजे, शहरी भागाच्या तुलनेत ग्रामीण भागातील महिला निवडून आल्या. असे दोन निवडणुकांच्या तुलनेवरून दिसते. अर्थातच ग्रामीण भागातून निवडून येण्याचे प्रमाण स्थिर राहिले. मात्र, शहरी भागातून महिला निवडून येण्याचा कल खंडित झाला.

तक्ता क्र.३.७
महाराष्ट्र विधानसभेतील मतदारसंघनिहाय महिला सदस्य (१९६७)

अ.क्र.	महिला सदस्यांची नावे	मतदारसंघ
१	भुवड एल. बी.	संगमेश्वर
२	करवंदे के. एस.	जव्हार
३	वाजे आर. व्ही.	सिन्नर
४	पाटील पी. डी.	ऐदलाबाद
५	पाटील एस. एस.	बुलढाणा
६	तिडके पी. बी.	मूर्तिजापूर
७	बलराज एस.	नागपूर
८	भोसले एन. व्ही.	अक्कलकोट
९	झाडबुके पी. एस.	बार्शी

१९६७ च्या विधानसभा निवडणुकीत सर्व महिला काँग्रेस पक्षाकडून निवडून आल्या होत्या. काँग्रेसेतर पक्षाकडून एकही महिला निवडून आली नाही (पहा तक्ता क्र. ३.८).

तक्ता क्र.३.८
महिला आमदारांचे पक्षनिहाय वर्गीकरण (१९६७)

अ.क्र.	महिला सदस्यांची नावे	पक्ष
१	भुवड एल. बी.	काँग्रेस
२	करवंदे के. एस.	काँग्रेस
३	वाजे आर. व्ही.	काँग्रेस

अ.क्र.	महिला सदस्यांची नावे	पक्ष
४	पाटील पी. डी.	काँग्रेस
५	पाटील एस. एस.	काँग्रेस
६	तिडके पी. बी.	काँग्रेस
७	बलराज एस.	काँग्रेस
८	भोसले एन. व्ही.	काँग्रेस
९	झाडबुके पी. एस.	काँग्रेस

१९६७ च्या विधानसभा निवडणुकीत सर्वात जास्त मते भोसले एन. व्ही. यांना मिळाली होती. त्यांच्या मतांची टक्केवारी ५६.८७ होती (पहा तक्ता क्र.३.९), तर सर्वात कमी मते आर. व्ही. वाजे यांना मिळाली होती. त्या ३०.९६ टक्के मते मिळवून निवडून आल्या होत्या. थोडक्यात ३०.९६ टक्के ते ५६.८७ टक्के या दरम्यानची मते घेऊन महिला उमेदवार निवडून आल्या होत्या (पहा तक्ता क्र. ३.९).

तक्ता क्र. ३.९

महिला आमदारांना मिळालेली मते व टक्केवारी (१९६७)

अ.क्र.	महिला सदस्यांची नावे	मिळालेली मते	टक्केवारी
१	भुवड एल. बी.	१५२३१	३८.५०
२	करवंदे के. एस.	९८७४	३४.६६
३	वाजे आर. व्ही.	१२९०१	३०.९६
४	पाटील पी. डी.	२१५५९	५१.१६
५	पाटील एस. एस.	२७०१६	४४.८८
६	तिडके पी. बी.	२७५९३	५२.४४
७	बलराज एस.	२५६९४	४५.६९
८	भोसले एन. व्ही.	२९८६८	५६.८७
९	झाडबुके पी. एस.	२७१६१	५३.६७

१९६७ च्या विधानसभा निवडणुकीत मराठा जातीतील राजे व पाटील घराण्यातील दोन महिला निवडून आल्या होत्या. याशिवाय वंजारी, लेवा पाटील, लिंगायत या तीन जातींतील प्रत्येकी एक महिला व्यापारी वर्गातील निवडून आली होती. एस.सी. व एस.टी. जाती गटातील प्रत्येकी एक महिला निवडून आली. तर एका महिलेच्या जातीगटाबद्दल माहिती मिळाली नाही. (पहा तक्ता क्र. ३.१०).

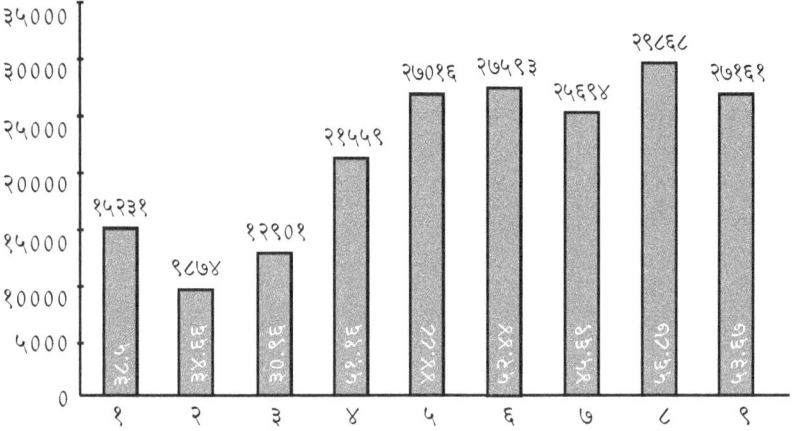

(टीप : तक्ता क्र. ३.९ नुसार बनवलेला आलेख)

तक्ता क्र. ३.१०
महिला आमदारांचे जातीगटानुसार वर्गीकरण (१९६७)

अ.क्र.	महिला सदस्यांची नावे	जात
१	भुवड एल. बी.	माहीत नाही
२	करवंदे के. एस.	एस. टी.
३	वाजे आर. व्ही.	वंजारी
४	पाटील पी. डी.	लेवा पाटील
५	पाटील एस. एस.	मराठा
६	तिडके पी. बी.	एस. सी.
७	बलराज एस.	अमराठी

अ.क्र.	महिला सदस्यांची नावे	जात
८	भोसले एन. व्ही.	मराठा
९	झाडबुके पी. एस.	लिंगायत

१९६७ च्या विधानसभा निवडणुकीत हिंदू धार्मिक आठ व नवबौद्ध एक अशा नऊ महिला निवडून आल्या होत्या. ख्रिश्चन व मुस्लिम या जातीगटांच्या महिला निवडून आल्या नाहीत (पहा तक्ता क्र.३.११).

तक्ता क्र.३.११

महाराष्ट्र विधानसभेतील महिला आमदारांचे धर्मघटकांनुसार वर्गीकरण (१९६७)

अ.क्र.	धर्म	संख्या	टक्केवारी
१	हिंदू	८	८८.८८
२	नवबौद्ध	१	११.११
	एकूण	९	१००

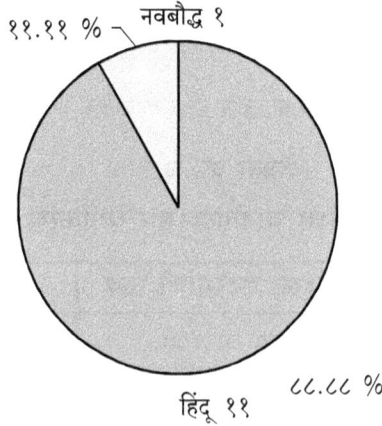

(**टीप :** तक्ता क्र.३.११ नुसार बनवलेला आलेख)

समारोप :

१९६२ च्या निवडणुकीत तेरा व १९६७ मध्ये नऊ अशा बावीस महिला निवडून आल्या होत्या. या दोन्ही निवडणुकांत काँग्रेस पक्षाकडून महिला निवडून आल्या होत्या. काँग्रेसेतर पक्षांकडून एकही महिला निवडून आली नाही. निर्मलाराजे

विजयसिंह भोसले, प्रभाताई शंकरराव झाडबुके, सुशीलाबाई बलराज या तीन महिला १९६२ व १९६७ अशा दोन निवडणुकांत निवडून आल्या होत्या. मात्र, या तीन महिलांच्या राजकारणाला त्यांच्या कुटुंबाचा पाठिंबा होता. शिवाय काँग्रेस पक्षातील चव्हाण गटाचाही पाठिंबा होता. या महिला सत्तरीच्या दशकात मात्र राजकारणात राहिल्या नाहीत. त्या राजकारणातून बाहेर गेल्या. अशा १९६२ मध्ये मुंबईसह कोकण, विदर्भ, मराठवाडा, पश्चिम महाराष्ट्र येथून महिला निवडून आल्या होत्या. १९६७ मध्ये मराठवाडा विभागातून महिला निवडून आली नाही. मुंबई शहरातूनही एकही महिला निवडून आली नाही. १९६२ व १९६७ मध्ये निवडून आलेल्या महिलांनी काँग्रेस पक्षासाठी राजकीय संघटन केले. महिलांचे प्रश्न त्यांनी विधानसभेत मांडले नाहीत (मुलाखत, प्रभा झाडबुके). साठीच्या दशकात निवडून आलेल्या महिला राजकीय पक्षासाठी राजकीय कृतिप्रवणतेचे काम करत होत्या. साठीच्या दशकात विधानसभा पातळीवर महिलांचे म्हणून काही राजकारण घडले नाही. साठीच्या दशकात महिलांच्या सार्वजनिक हिताचे वादविषय राजकारणात आले नाहीत. महिला अस्मितेची चर्चादेखील झाली नाही. महिला केवळ काँग्रेस पक्षाच्या ध्येयधोरणाप्रमाणे मत नोंदवत गेल्या.

साठीच्या दशकातील विधानसभेवर एका अर्थाने पुरुषांचे नियंत्रण होते. पुरुषांनी महिलांच्या विधानसभेतील राजकीय सहभागावर बहिष्कार घातला होता, पूर्ण ग्रामीण भागातील महिला निवडून येण्याचे प्रमाण फारच कमी होते. त्यामुळे या काळातील लोकशाहीसमोर महिलावर्गात विस्तार करण्याचे आव्हान अधोरेखित झाले. कारण स्थानिक शासनसंस्था, सहकार चळवळ, ग्रामीण भागात राजकारण सरकणे या घटना घडून महाराष्ट्रातील लोकशाही व्यापक झाली. मात्र, महिला वर्गाच्या राजकीय सहभागाच्या मुद्द्यांवर महाराष्ट्रातील लोकशाहीविस्तार अडखळला होता. अल्पसंख्याक समाजातील महिलांमध्ये लोकशाही विस्ताराचे आव्हान या दशकात अधोरेखित झाले. म्हणजेच मतदार महिला होत्या. मात्र, त्यांना राजकीय सहभागाची संधी उपलब्ध नव्हती. कारण या दशकात महाराष्ट्रातील समाज सरंजामी पद्धतीचा होता. त्यांनी पुरुषांना राजकारण करण्याचा अधिकार दिला होता. मात्र, महिलांना समाजाने राजकारण करण्याचा अधिकार दिला नव्हता. त्यामुळे समाजाच्या विरोधात काँग्रेस पक्षाने महिलांचा राजकीय सहभाग वाढवणे शक्यच नव्हते.

संदर्भ

१. www.eci.gov.in

२. मुलाखत, प्रभा झाडबुके, बार्शी, दिनांक ३०.०६.२००८

३. महाराष्ट्र शासन १९६२, १९६७ विधानसभा व विधानपरिषद सदस्यांचा परिचय, मुंबई.

४

पक्ष पातळीवरील महिला नेतृत्वाचा आरंभ

प्रस्तावना :

सत्तरीच्या दशकाचे महिलांच्या संदर्भात महागाईविरोधी आंदोलन हे खास वैशिष्ट्य होते. सत्तरीच्या दशकात केवळ आठ महिला महाराष्ट्रातील विधानसभेत होत्या. या पैकी जयंतीबेन मेहता, प्रतिभा पाटील व प्रभा राव या तीन महिला १९७८ च्या निवडणुकीत प्रथमच निवडून आल्या होत्या. त्यांची राजकीय प्रगती भाजप व काँग्रेस या पक्षांच्या मार्फत होत गेली. ऐंशीच्या दशकात ३६ महिला महाराष्ट्राच्या विधानसभेत होत्या. यांपैकी सूर्यकांता जयवंतराव पाटील, शालिनीताई वसंतराव पाटील, पारूबाई चंद्रभान वाघ, रजनीताई शंकरराव सातव या चार महिला प्रथमच निवडून आल्या. त्या काँग्रेस पक्षामध्ये पुढील दशकांमध्येही कृतिशील होत्या. १९८५ च्या निवडणुकीत गोरेगाव या विधानसभा मतदारसंघातून मृणाल केशव गोरे निवडून आल्या होत्या. महिलांच्या राजकारणामधील ही एक अत्यंत महत्त्वाची राजकीय घटना होती. गोरे यांनी महिला राजकारणाला वाचा फोडली. महागाईविरोधी आंदोलनात महिलांचे म्हणून वेगळे मुद्दे राजकारणात उपस्थित झाले. साठच्या तुलनेत सत्तरीच्या दशकात महिलांच्या संख्येच्या संदर्भात महाराष्ट्र विधानसभेत महिलांचा राजकारणातला सहभाग घटलेला दिसतो. मात्र, काँग्रेस पक्षाकडून कमी आणि विरोधी पक्षाकडून जास्त महिला या दशकात निवडून आल्या होत्या. त्यामुळे साठीच्या दशकात महिला राजकारण घडत नव्हते, ते सत्तरीच्या दशकात महिला शहरी आणि काँग्रेसेतर निवडून आल्यामुळे वेगळे राजकारण घडण्याची प्रक्रिया सुरू झाली होती. मात्र, हे राजकारण शहरी व उच्चजातीय व उच्चवर्गीय स्वरूपाचे होते. हा फेरबदल महिलांच्या राजकारणाच्या संदर्भात साठीच्या दशकाच्या तुलनेत सत्तरीच्या दशकात घडून आला. ऐंशीच्या दशकात मात्र सत्तरीच्या तुलनेत वाढ झालेली दिसते. १९७८, १९८० व १९८५ अशा तीन निवडणुकांमध्ये मिळून ४३ महिला महाराष्ट्र विधानसभेवर

निवडून आल्या होत्या. १९७८ मध्ये ०८ महिला, १९८० मध्ये १९ महिला व १९८५ मध्ये १६ महिला निवडून आल्या होत्या. चळवळ हा राजकारणाचा संघर्षात्मक आविष्कार अहिल्या रांगणेकर, मृणाल गोरे, प्रमिला दंडवते, अनसूया लिमये, कृष्णाबाई मोटे, मालतीबाई बेडेकर, मीनाक्षी साने यांच्या नेतृत्वामधून घडून आला. मध्यमवर्गीय आणि श्रमिक कामगार स्त्रिया या दशकात एकत्र आल्या होत्या.

१९७८ ची निवडणूक :

जयवंतीबेन मेहता व प्रभा राव या दोन महिला १९७८ च्या निवडणुकीत प्रथमच निवडून आल्या होत्या. त्यांची राजकीय प्रगती भाजप व काँग्रेस या पक्षांच्या मार्फत होत गेली. यांपैकी जयवंतीबेन मेहता या भाजपकडून पुढे खासदार झाल्या. प्रभा राव १९७२ ते १९७६ आणि १९७६ ते १९७७-७८ या दरम्यान सत्तरीच्या दशकात मंत्री होत्या. १९७८ ते ७९ या दरम्यान राव विरोधी पक्षनेत्या होत्या. प्रभा राव यांनी महाराष्ट्र काँग्रेस पक्ष संघटनेत काम केले. १९८४ मध्ये त्या महाराष्ट्र प्रदेश काँग्रेसच्या अध्यक्ष झाल्या. प्रभा राव या काँग्रेसनिष्ठ गटातील होत्या. तसेच त्या २००८ मध्ये हिमाचलच्या राज्यपालपदावर गेल्या. असा या दोन महिलांचा राजकीय प्रगतीचा आलेख चढता राहिलेला आहे. त्या १९७८ च्या निवडणुकीत प्रथमच निवडून आल्या होत्या.

१९७८ च्या विधानसभेत २८८ जागांसाठी निवडणूक झाली होती. २८८ जागांपैकी ८ महिला विधानसभेवर निवडून आल्या होत्या, तर २८८ पैकी २८० पुरुष महाराष्ट्राच्या विधानसभेवर निवडून आले होते. हे प्रमाण जवळजवळ साठीच्या दशकाप्रमाणे व्यस्त होते. कारण २.७७ टक्के महिला आमदार झाल्या; तर पुरुषांचे प्रमाण ९७.२२ टक्के होते (पहा तक्ता क्र. ४.१). रत्नागिरी, ऑपेरा हाऊस, मालाड, यावल, ऐदलाबाद, पुलगाव, गोंदिया, शिवाजीनगर या विधानसभा मतदारसंघांतून महिला निवडून आल्या होत्या.

तक्ता क्र.४.१
महिला – पुरुष गटनिहाय आमदारांचे वर्गीकरण (१९७८)

अ.क्र.	प्रकार	१९७८	टक्केवारी
१	महिला	०८	२.७७
२	पुरुष	२८०	९७.२२
	एकूण	२८८	१००

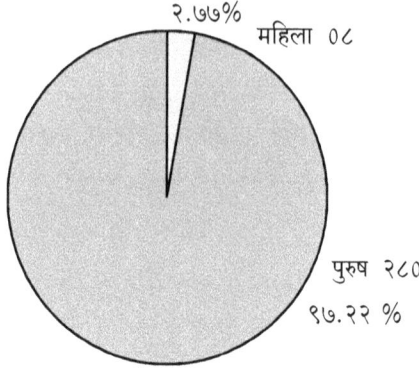

२.७७%
महिला ०८

पुरुष २८०
९७.२२ %

(टीप : तक्ता क्र.४.१ नुसार बनवलेला आलेख)

१९७८ मध्ये ८ विधानसभा मतदारसंघांतून निवडून आलेल्या महिलांपैकी मुंबईसह कोकण विभागातून तीन महिला निवडून आल्या. पश्चिम महाराष्ट्रातून एक महिला निवडून आली. विदर्भ विभागातून दोन महिला निवडून आल्या. उत्तर महाराष्ट्रातून दोन महिला निवडून आल्या. मराठवाड्यातून एकही महिला निवडून आली नाही (पहा तक्ता क्र. ४.२).

तक्ता क्र. ४.२
महाराष्ट्र विधानसभेतील मतदारसंघनिहाय महिला सदस्य (१९७८)

अ.क्र.	मतदारसंघ	महिला सदस्यांची नावे
१	रत्नागिरी	कुसुमताई रामचंद्र अभ्यंकर
२	ऑपेरा हाऊस	जयवंतीबेन मेहता
३	मालाड	कमल देसाई
४	यावल	चौधरी सिंधू
५	ऐदलाबाद	प्रतिभा पाटील
६	पुलगांव	प्रभा राव
७	गोंदिया	बाजपे राजकुमारी गोपालनारायण
८	शिवाजीनगर	नाईक शांती नारायण

१९७८ च्या विधानसभा निवडणुकीत काँग्रेस पक्षाच्या तीन, जे. एन. पी. च्या पाच महिला निवडून आल्या होत्या (पहा तक्ता क्र.४.३). काँग्रेस पक्षाकडून महिला निवडून येण्याचे प्रमाण हे १९६२ व १९६७ च्या तुलनेत घटलेले दिसते. हा मुख्य बदल महिलांच्या राजकारणासंदर्भात सत्तरीच्या दशकात झाला होता. काँग्रेस पक्षाच्या तुलनेत जे. एन. पी.च्या महिला उमेदवारांना पसंती क्रमांक मिळाला होता. काँग्रेसचे राजकारण पुरुषांच्या नियंत्रणाखाली घडत होते, त्यापेक्षा जे.एन.पी.चे राजकारण वेगळे होते. मात्र जे.एन.पी.कडील राजकारणातील महिला शहरी व मध्यमवर्गीय होत्या.

तक्ता क्र. ४.३
महिला आमदारांचे पक्षनिहाय वर्गीकरण (१९७८)

अ.क्र.	पक्ष	महिला सदस्यांची नावे
१	जे. एन. पी.	कुसुमताई रामचंद्र अभ्यंकर
२	जे. एन. पी.	जयवंतीबेन मेहता
३	जे. एन. पी.	कमल देसाई
४	जे. एन. पी.	चौधरी सिंधू
५	काँग्रेस	प्रतिभा पाटील
६	काँग्रेस	प्रभा राव
७	काँग्रेस	बाजपे राजकुमारी गोपालनारायण
८	जे. एन. पी.	नाईक शांती नारायण

१९७८ च्या विधानसभा निवडणुकीत सर्वात जास्त मते प्रभा राव यांना मिळाली होती. त्यांच्या मतांची टक्केवारी ६९.६९ होती (पहा तक्ता क्र. ४.४); तर सर्वात कमी मते चौधरी सिंधू यांना मिळाली होती. त्या ३६.२९ टक्के मते मिळवून निवडून आल्या होत्या. थोडक्यात, ३६.२९ टक्के ते ६९.६९ टक्के या दरम्यानची मते घेऊन महिला उमेदवार निवडून आल्या होत्या.

तक्ता क्र. ४.४
महिला आमदारांना मिळालेली मते व टक्केवारी (१९७८)

अ.क्र.	महिला सदस्यांची नावे	मिळालेली मते	टक्के
१	कुसुमताई रामचंद्र अभ्यंकर	२९९०१	४६.१७
२	जयवंतीबेन मेहता	४३६२५	६१.३८
३	कमल देसाई	४७४२९	५८.०४
४	चौधरी सिंधू	२४०२१	३६.२९
५	प्रतिभा पाटील	३१५७८	४२.८७
६	प्रभा राव	५७८२७	६९.६९
७	बाजपे राजकुमारी गोपालनारायण	३९७२९	५१.८८
८	नाईक शांती नारायण	४८९९६	५६.३८

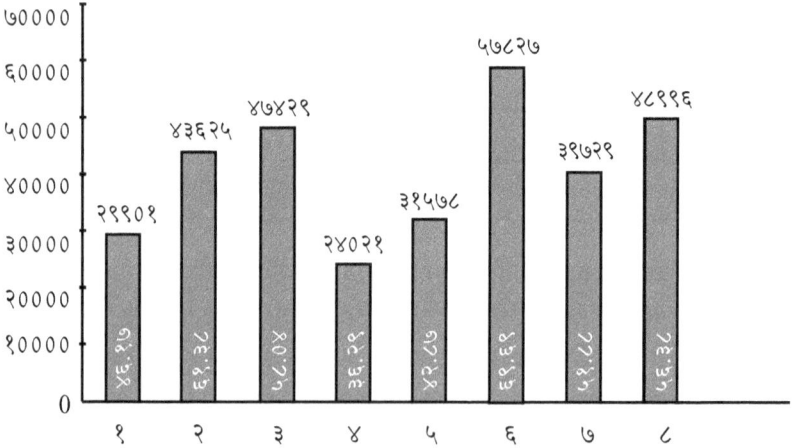

(टीप : तक्ता क्र.४.४ नुसार बनवलेला आलेख)

१९७८ च्या विधानसभा निवडणुकीत उच्च जात मारवाडी, ब्राह्मण, लेवा पाटील, गुजराती, सारस्वत ब्राह्मण, रजपूत या जातींच्या महिला निवडून आल्या होत्या (पहा तक्ता क्र. ४.५). विशेष म्हणजे मराठा जातीतील महिला निवडून आल्या नाहीत.

वंजारी, माळी या जातीगटातूनही महिला निवडून आल्या नाहीत. महिलांच्या राजकीय सहभागासंदर्भात हा फेरबदल सत्तरीच्या दशकात झाला होता.

तक्ता क्र. ४.५

महिला आमदारांचे जातनिहाय वर्गीकरण (१९७८)

अ.क्र.	महिला सदस्यांची नावे	जात
१	कुसुमताई रामचंद्र अभ्यंकर	ब्राह्मण
२	जयवंतीबेन मेहता	गुजराती
३	कमल देसाई	उच्च जात
४	चौधरी सिंधू	लेवा पाटील
५	प्रतिभा पाटील	रजपूत
६	प्रभा राव	कुणबी
७	बाजपे राजकुमारी गोपालनारायण	मारवाडी ब्राह्मण
८	नाईक शांती नारायण	सारस्वत ब्राह्मण

१९७८ च्या विधानसभा निवडणुकीत हिंदू धार्मिक गटातील ०८ महिला निवडून आल्या होत्या. ख्रिश्चन, मुस्लिम व नवबौद्ध यांमध्ये धार्मिक गटातील एकही महिला निवडून आली नाही (पहा तक्ता क्र. ४.६).

तक्ता क्र. ४.६

महिला आमदारांचे धर्मघटकांनुसार वर्गीकरण (१९७८)

अ.क्र.	धर्म	संख्या	टक्केवारी
१	हिंदू	०८	१००
	एकूण	**०८**	**१००**

सत्तरीच्या दशकात काँग्रेस पक्षात फूट पडली, तेव्हा काँगेस पक्षाकडून महिला निवडून घेण्याचे प्रमाण कमी झाले. जनता पक्षाकडून महिला निवडून आल्या, परंतु त्या शहरी होत्या. जनता पक्षाकडून ग्रामीण भागातून महिला निवडून आल्या नाहीत.

तसेच साठीच्या दशकाप्रमाणे या दशकातदेखील विधानसभेवर एका अर्थाने पुरुषांचे नियंत्रण होते. पुरुषांनी महिलांच्या विधानसभेतील राजकीय सहभागावर बहिष्कार घातला होता, पूर्ण ग्रामीण भागातील महिला निवडून येणाचे प्रमाण फारच कमी होते. त्यामुळे या काळातील लोकशाहीसमोर महिलावर्गात विस्तार करण्याचे आव्हान अधोरेखित झाले.

१९८० ची निवडणूक :

साठ व सत्तर या दशकांच्या तुलनेत ऐंशीच्या दशकात राजकीय पक्षांकडून महिलांचा राजकीय सहभाग वाढला. सूर्यकांता जयवंतराव पाटील, शालिनीताई वसंतराव पाटील, पारूबाई चंद्रभान वाघ, रजनीताई शंकरराव सातव या चार महिला प्रथमच निवडून आल्या. त्या काँग्रेस पक्षामध्ये पुढील दशकांमध्येही कृतिशील होत्या. १९८० च्या विधानसभेत २८८ जागांसाठी निवडणूक झाली. २८८ जागांपैकी १९ महिला विधानसभेवर निवडून आल्या, तर २८८ पैकी २६९ पुरुष महाराष्ट्राच्या विधानसभेवर निवडून आले. पुरुषांच्या तुलनेत हे महिलांचे प्रमाण फारच व्यस्त होते; कारण ६.५९ टक्के महिला आमदार झाल्या, तर पुरुषांचे प्रमाण ९३.४० टक्के आहे (पहा तक्ता क्र. ४.७). रत्नागिरी, ऑपेरा हाऊस, दादर, ट्रॉम्बे, वाशी, धुळे, चोपडा, एरंडोल, ऐदलाबाद, जालना, मोर्शी, गोंदिया, चिमूर, हदगाव, कळमनुरी, बदनापूर, अक्कलकोट, मंगळवेढा व सांगली या १९ विधानसभा मतदारसंघांतून महिला उमेदवार १९८० च्या निवडणुकीमध्ये निवडून आल्या होत्या (पहा तक्ता क्र.४.८).

तक्ता क्र. ४.७

महिला – पुरुष घटकानुसार आमदारांचे वर्गीकरण (१९८०)

अ.क्र.	प्रकार	१९८०	टक्केवारी
१	महिला	१९	६.५९
२	पुरुष	२६९	९३.४०
	एकूण	२८८	१००

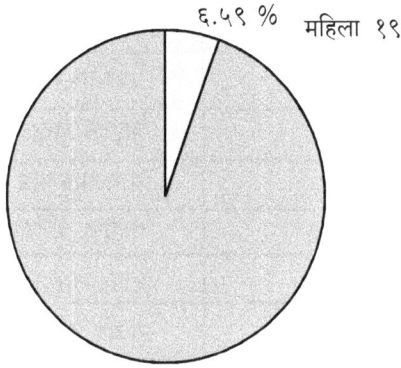

६.५९ % महिला १९

९३.४० % पुरुष २६९

(टीप : तक्ता क्र.४.७ नुसार बनवलेला आलेख)

महाराष्ट्रातील सर्वच विभागांतून राजकीय पक्षांकडून महिला निवडून आल्या. १९८० मध्ये १९ विधानसभा मतदारसंघांतून महिला निवडून आल्या. यांपैकी मुंबईसह कोकण विभागातून पाच महिला निवडून आल्या होत्या. पश्चिम महाराष्ट्रातून तीन महिला निवडून आल्या होत्या. या तीनपैकी शालिनीताई वसंतराव पाटील यांचे राजकारण मोठे मनोरंजक होते. सहकार चळवळ, वसंतदादा पाटील गट, काँग्रेस, शिवसेना, राष्ट्रवादी काँग्रेस आणि शेवटी स्वतंत्र पक्ष अशा विविध पक्षांमध्ये त्यांची पक्षांतरे घडत गेली. उत्तर महाराष्ट्रातून चार महिला निवडून आल्या होत्या. त्यांपैकी पारूबाई चंद्रभान वाघ एक होत्या. विदर्भातून तीन महिला आमदार निवडून आल्या होत्या. मराठवाड्यातून चार महिला निवडून आल्या होत्या (पहा तक्ता क्र.४.८). सूर्यकांता जयवंतराव पाटील व रजनीताई शंकरराव सातव या दोन प्रभावी राजकारण करणाऱ्या महिला पुढे आल्या.

तक्ता क्र. ४.८

महाराष्ट्र विधानसभेतील मतदारसंघनिहाय महिला सदस्य (१९८०)

अ. क्र.	मतदार संघ	महिला सदस्यांची नावे
१	रत्नागिरी	अभ्यंकर कुसुमताई रामचंद्र
२	ऑपेरा हाऊस	मेहता जयवंतीबेन
३	दादर	ठाकूर शरयू गोविंद
४	ट्रॉम्बे	राव ललिता
५	वाशी	वर्तक ताराबाई

अ.क्र.	मतदार संघ	महिला सदस्यांची नावे
६	धुळे	अजमेरा कमलबाई छगनलाल
७	चोपडा	पाटील शरदचंद्रिका सुरेश
८	एरंडोल	वाघ पारूबाई चंद्रभान
९	ऐदलाबाद	पाटील प्रतिभा देवीसिंग
१०	जालना	टापरे शारदा प्रभाकरराव
११	मोर्शी	गावडे कोकिळाबाई जगन्नाथ
१२	गोंदिया	बाजपे राजकुमारी
१३	चिमूर	बजाज यशोधरा भागीरथजी
१४	हदगाव	पाटील सूर्यकांता जयवंतराव
१५	कळमनुरी	सातव रजनी शंकरराव
१६	बदनापूर	शर्मा शकुंतला नंदकिशोर
१७	अक्कलकोट	मलगोंडे पार्वती गुरूनिंगप्पा
१८	मंगळवेढा	बोराडे विमल ज्ञानोबा
१९	सांगली	पाटील शालिनीताई वसंतराव

१९८० च्या विधानसभा निवडणुकीत १७ महिला आमदार काँग्रेस पक्षाच्या, तर दोन महिला आमदार या भाजपच्या निवडून आल्या होत्या (पहा तक्ता क्र.४.९).

तक्ता क्र.४.९

महिला आमदारांचे पक्षनिहाय वर्गीकरण (१९८०)

अ. क्र.	पक्ष	महिला सदस्यांची नावे
१	भाजप	अभ्यंकर कुसुमताई रामचंद्र
२	भाजप	मेहता जयवंतीबेन
३	काँग्रेस	ठाकूर शरयू गोविंद
४	काँग्रेस	राव ललिता
५	काँग्रेस	वर्तक ताराबाई
६	काँग्रेस	अजमेरा कमलबाई छगनलाल

अ. क्र.	पक्ष	महिला सदस्यांची नावे
७	काँग्रेस	पाटील शरदचंद्रिका सुरेश
८	काँग्रेस	वाघ पारूबाई चंद्रभान
९	काँग्रेस	पाटील प्रतिभा देवीसिंग
१०	काँग्रेस	टापरे शारदा प्रभाकरराव
११	काँग्रेस	गावडे कोकिळाबाई जगन्नाथ
१२	काँग्रेस	बाजपे राजकुमारी
१३	काँग्रेस	बजाज यशोधरा भागीरथजी
१४	काँग्रेस	पाटील सूर्यकांता जयवंतराव
१५	काँग्रेस	सातव रजनी शंकरराव
१६	काँग्रेस	शर्मा शकुंतला नंदकिशोर
१७	काँग्रेस	मलगोंडे पार्वती गुरूनिंगप्पा
१८	काँग्रेस	बोराडे विमल ज्ञानोबा
१९	काँग्रेस	पाटील शालिनीताई वसंतराव

१९८० च्या विधानसभा निवडणुकीत सर्वात जास्त मते मेहता जयवंतीबेन यांना मिळाली होती. त्यांच्या मतांची टक्केवारी ६१.३३ होती (पहा तक्ता क्र. ४.१०), तर सर्वात कमी मते ठाकूर शरयू गोविंद यांना मिळाली होती. त्या ३३.४३ टक्के मते मिळवून निवडून आल्या होत्या. थोडक्यात, ३३.४३ टक्के ते ६१.३३ टक्के या दरम्यानची मते घेऊन महिला उमेदवार निवडून आल्या होत्या (पहा तक्ता क्र. ४.१०).

तक्ता क्र.४.१०
महिला आमदारांना मिळालेली मते व टक्केवारी (१९८०)

अ. क्र.	महिला सदस्यांची नावे	मिळालेली मते	टक्केवारी
१	अभ्यंकर कुसुमताई रामचंद्र	१६९९६	३४.२६
२	मेहता जयवंतीबेन	२४११३	६१.३३
३	ठाकूर शरयू गोविंद	१८४२१	३३.४३
४	राव ललिता	२७९६३	४४.६३

अ.क्र.	महिला सदस्यांची नावे	मिळालेली मते	टक्केवारी
५	वर्तक ताराबाई	३४६२७	५०.५५
६	अजमेरा कमलबाई छगनलाल	२५५४१	४२.८०
७	पाटील शरदचंद्रिका सुरेश	३७४३५	६०.६८
८	वाघ पारूबाई चंद्रभान	२४१११	४६.५८
९	पाटील प्रतिभा देवीसिंग	३५३८२	४८.०१
१०	टापरे शारदा प्रभाकरराव	२८००८	४०.९१
११	गावडे कोकिळाबाई जगन्नाथ	२६६६१	५२.३८
१२	बाजपे राजकुमारी	२४८२८	४२.१७
१३	बजाज यशोधरा भागीरथजी	४४२६४	५४.१२
१४	पाटील सूर्यकांता जयवंतराव	३४७१७	४९.४२
१५	सातव रजनी शंकरराव	२३०८८	३९.८५
१६	शर्मा शकुंतला नंदकिशोर	२२७३३	४२.९१
१७	मलगोंडे पार्वती गुरूनिंगप्पा	२४४८०	३९.०३
१८	बोराडे विमल ज्ञानोबा	२७४२७	५४.१९
१९	पाटील शालिनीताई वसंतराव	४४३४१	६६.१३

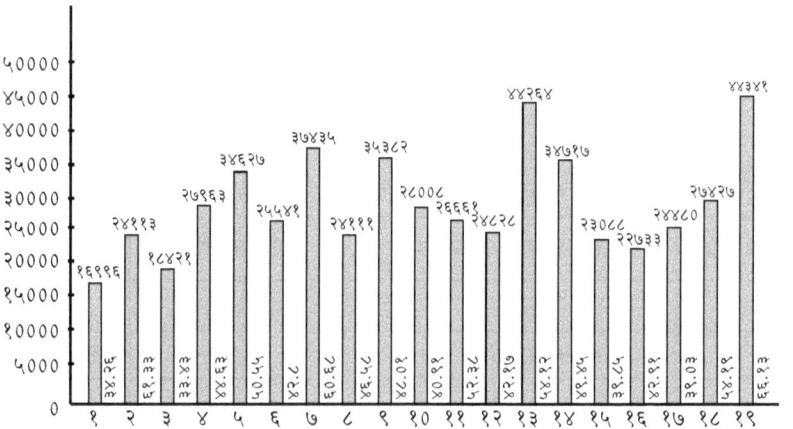

(**टीप :** तक्ता क्र.४.१० नुसार बनवलेला आलेख)

१९८० च्या विधानसभा निवडणुकीत उच्च जातीगटातील चार महिला निवडून आल्या होत्या. सात अमराठी महिला निवडून आल्या होत्या. चार महिला मराठा जातीतील निवडून आल्या होत्या. तीन महिला ओबीसी जातीगटातील निवडून आल्या होत्या. एक महिला एस.सी. जाती गटातून निवडून आली. (पहा तक्ता क्र.४.११). या महिलांना त्यांच्या जातीगटांचा पाठिंबा होता. या महिला त्यांच्या जातीगटांच्या समर्थक होत्या. त्यांच्या समाजात परिवर्तन करण्याची समाजविरोधी भूमिका कोणी घेतली नाही. या महिला उच्च मध्यमवर्गीय स्वरूपाच्या होत्या.

तक्ता क्र. ४.११

महिला आमदारांचे जातनिहाय वर्गीकरण (१९८०)

अ.क्र.	महिला सदस्यांची नावे	जात
१	अभ्यंकर कुसुमताई रामचंद्र	ब्राह्मण
२	मेहता जयवंतीबेन	गुजराती
३	ठाकूर शरयू गोविंद	ब्राह्मण
४	राव ललिता	अमराठी
५	वर्तक ताराबाई	सारस्वत ब्राह्मण
६	अजमेरा कमलबाई छगनलाल	मारवाडी
७	पाटील शरदचंद्रिका सुरेश	मराठा
८	वाघ पारूबाई चंद्रभान	धनगर
९	पाटील प्रतिभा देवसिंग	रजपूत
१०	टापरे शारदा प्रभाकरराव	मारवाडी
११	गावडे कोकिळाबाई जगन्नाथ	मराठा
१२	बाजपे राजकुमारी	मारवाडी ब्राह्मण
१३	बजाज यशोधरा भागीरथजी	मारवाडी
१४	पाटील सूर्यकांता जयवंतराव	मराठा
१५	सातव रजनी शंकरराव	माळी
१६	शर्मा शकुंतला नंदकिशोर	मारवाडी
१७	मलगोंडे पार्वती गुरूनिंगप्पा	लिंगायत

अ.क्र.	महिला सदस्यांची नावे	जात
१८	बोराडे विमल ज्ञानोबा	मातंग
१९	पाटील शालिनीताई वसंतराव	मराठा

१९८० च्या विधानसभा निवडणुकीत १९ महिला हिंदू धार्मिक निवडून आल्या होत्या. ख्रिश्चन, मुस्लिम, नवबौद्ध या जातीगटांतील एकही महिला निवडून आली नाही (पहा तक्ता क्र.४.१२).

तक्ता क्र.४.१२

महिला आमदारांचे धर्मघटकांनुसार वर्गीकरण (१९८०)

अ.क्र.	धर्म	संख्या	टक्केवारी
१	हिंदू	१९	१००
२	ख्रिश्चन	-	-
३	मुस्लिम	-	-
४	नवबौद्ध	-	-
	एकूण	**१९**	**१००**

१९८५ ची निवडणूक :

१९८५ च्या निवडणुकीत गोरेगाव या विधानसभा मतदारसंघातून मृणाल केशव गोरे निवडून आल्या होत्या. महिलांच्या राजकारणामधील ही एक अत्यंत महत्त्वाची राजकीय घटना होती. गोरे यांनी महिला राजकारणाला वाचा फोडली. महिलांचे म्हणून राजकारणात वेगळे मुद्दे उपस्थित झाले. या १९८५ च्या विधानसभेत २८८ जागांसाठी निवडणूक झाली. २८८ जागांपैकी १६ महिला विधानसभेवर निवडून आल्या होत्या, तर २८८ पैकी २७२ पुरुष महाराष्ट्राच्या विधानसभेवर निवडून आले होते. हे प्रमाण फारच व्यस्त आहे; कारण ५.५५ टक्के महिला आमदार झाल्या, तर पुरुषांचे प्रमाण ९४.४४ टक्के आहे (पहा तक्ता ४.१३). उमरखेड, वरळी, दादर, गोरेगाव, चेंबूर, कुर्ला, दाभाडी, धुळे, एरंडोल, जालना, पुलगाव, उत्तर नागपूर, गोंदिया, कळमनुरी, दौंड व शिरोळ अशा १६ विधानसभा मतदारसंघांतून महिला उमेदवार १९८५ च्या निवडणुकीत निवडून आल्या होत्या.

तक्ता क्र. ४.१३

महिला – पुरुष घटकांनुसार आमदारांचे वर्गीकरण (१९८५)

अ.क्र.	प्रकार	१९८५	टक्केवारी
१	महिला	१६	५.५५
२	पुरुष	२७२	९४.४४
	एकूण	**२८८**	**१००**

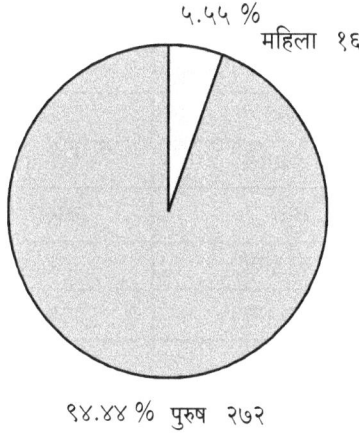

(**टीप :** तक्ता क्र.४.१३ नुसार बनवलेला आलेख)

१९८५ मध्ये १६ विधानसभा मतदारसंघांतून महिला निवडून आल्या. यांपैकी मुंबईसह कोकण विभागातून सहा महिला निवडून आल्या होत्या. गोरे मृणाल केशव व सामंत वनिता दत्ता या दोन महिला काँग्रेस व भाजप या दोन पक्षांपेक्षा वेगळे राजकारण करणाऱ्या होत्या. यांच्या मार्फत महिला राजकारण घडण्याच्या शक्यतेची सुरुवात झाली. पश्चिम महाराष्ट्रातून दोन महिला निवडून आल्या होत्या. उत्तर महाराष्ट्रातून तीन महिला निवडून आल्या होत्या. विदर्भातून तीन महिला आमदार निवडून आल्या होत्या. मराठवाड्यातून दोन महिला निवडून आल्या होत्या. (पहा तक्ता क्र.४.१४)

तक्ता क्र. ४.१४

महाराष्ट्र विधानसभेतील मतदारसंघनिहाय महिला सदस्य (१९८५)

अ. क्र.	मतदार संघ	महिला सदस्यांची नावे
१	उमरखेड	केणी चंद्रिका पी.
२	वरळी	सामंत वनिता दत्ता
३	दादर	ठाकूर शरयू गोविंद
४	गोरेगांव	गोरे मृणाल केशव
५	चेंबूर	परिहार पार्वती लक्ष्मणराव
६	कुर्ला	डिसिल्वा सेलिन
७	दाभाडी	हिरे पुष्पाताई व्यंकटराव
८	धुळे	बोरसे शालिनी सुधाकर
९	एरंडोल	वाघ पारूबाई चंद्रभान
१०	जालना	टापरे शारदा प्रभाकरराव
११	पुलगाव	राव प्रभा
१२	नागपूर (उत्तर)	देशभ्रतार दामुन्तीबाई मधुकर
१३	गोंदिया	वाजपेयी राजकुमारी
१४	कळमनुरी	सातव रजनीताई शंकरराव
१५	दौंड	जगदाळे उषादेवी कृष्णाराव
१६	शिरोळ	खंजिरे सरोजिनी बाबासाहेब

१९८५ च्या विधानसभा निवडणुकीत काँग्रेस पक्षाच्या १२ महिला, समाजवादी काँग्रेसच्या २ महिला, अपक्ष एक व जनता पक्ष एक अशा एकूण १६ महिला निवडून आल्या होत्या. (पहा तक्ता क्र. ४.१५)

तक्ता क्र. ४.१५

महिला आमदारांचे पक्षनिहाय वर्गीकरण (१९८५)

अ.क्र.	पक्ष	महिला सदस्यांची नावे
१	काँग्रेस	केणी चंद्रिका पी.
२	अपक्ष	सामंत वनिता दत्ता
३	काँग्रेस	ठाकूर शरयू गोविंद
४	ज. प.	गोरे मृणाल केशव
५	काँग्रेस	परिहार पार्वती लक्ष्मणराव
६	काँग्रेस	डिसिल्वा सेलिन
७	स. काँग्रेस	हिरे पुष्पाताई व्यंकटराव
८	काँग्रेस	बोरसे शालिनी सुधाकर
९	काँग्रेस	वाघ पारूबाई चंद्रभान
१०	काँग्रेस	टापरे शारदा प्रभाकरराव
११	काँग्रेस	राव प्रभा
१२	काँग्रेस	देशभ्रतार दामुन्तीबाई मधुकर
१३	काँग्रेस	वाजपेयी राजकुमारी
१४	काँग्रेस	सातव रजनीताई शंकरराव
१५	स. काँग्रेस	जगदाळे उषादेवी कृष्णाराव
१६	काँग्रेस	खंजिरे सरोजिनी बाबासाहेब

१९८५ च्या विधानसभा निवडणुकीत सर्वात जास्त मते दामुन्तीबाई मधुकर देश्नतार यांना मिळाली होती. त्यांच्या मतांची टक्केवारी ५४.६० होती (पहा तक्ता क्र. ४.१६) तर सर्वात कमी मते ठाकूर शरयू गोविंद यांना मिळाली होती. त्या २७.३९ टक्के मते मिळवून निवडून आल्या होत्या. थोडक्यात २७.३९ टक्के ते ५४.६० टक्के या दरम्यानची मते घेऊन महिला उमेदवार निवडून आल्या होत्या (पहा तक्ता क्र. ४.१६).

तक्ता क्र. ४.१६

महिला आमदारांना मिळालेली मते व टक्केवारी (१९८५)

अ.क्र.	महिला सदस्यांची नावे	मिळालेली मते	टक्केवारी
१	केणी चंद्रिका पी.	१८१७६	४४.७५
२	सामंत वनिता दत्ता	२७४१२	४८.०३
३	ठाकूर शरयू गोविंद	१८१३४	२७.३९
४	गोरे मृणाल केशव	३७५९८	५०.७०
५	परिहार पार्वती लक्ष्मणराव	३५११५	४३.६०
६	डिसिल्वा सेलिन	४१४७२	३८.९९
७	हिरे पुष्पाताई व्यंकटराव	३९८७६	४९.९७
८	बोरसे शालिनी सुधाकर	२८५६२	४०.६१
९	वाघ पारूबाई चंद्रभान	२७८०४	३७.६८
१०	टापरे शारदा प्रभाकरराव	३३५३७	४१.८३
११	राव प्रभा	३९४१९	५२.६२
१२	देशभ्रतार दामुन्तीबाई मधुकर	३५५०७	५४.६०
१३	वाजपेयी राजकुमारी	२६१०४	३७.७७
१४	सातव रजनीताई शंकरराव	२४०४२	४०.६८
१५	जगदाळे उषादेवी कृष्णाराव	३३४०८	४३.३०
१६	खंजिरे सरोजिनी बाबासाहेब	४९१०३	५३.३४

६००००
५००००
४००००
३००००
२००००
१००००
0
१८१७६
२७४१२
३७५९८
३५११५
२८५६२
२७८०४
३३५३७
३५५०७
२६१०४
२४०४२
३३४०८
१ २ ३ ४ ५ ६ ७ ८ ९ १० ११ १२ १३ १४ १५ १६

(टीप : तक्ता क्र.४.१६ नुसार बनवलेला आलेख)

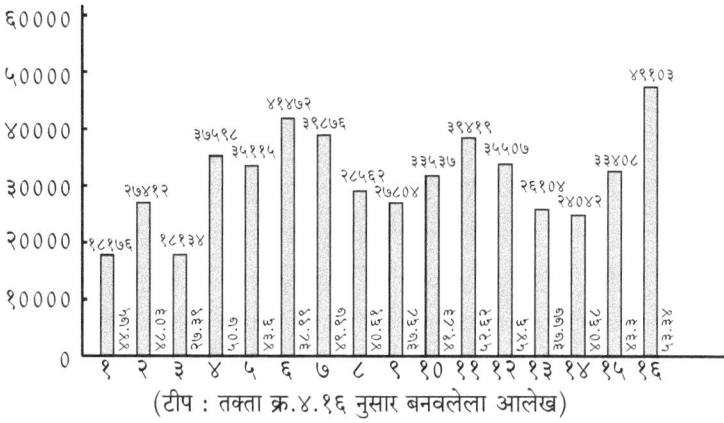

१९८५ च्या विधानसभा निवडणुकीत मराठा-कुणबी चार, उच्च जातीच्या चार महिला, नवबौद्ध एक या जातीच्या महिला निवडून आल्या होत्या (पहा तक्ता क्र. ४.१७) याशिवाय चार अमराठी व दोन ओबीसी जातीगटातील महिला निवडून आल्या होत्या. एक ख्रिश्चन महिला निवडून आली.

तक्ता क्र. ४.१७

महिला आमदारांचे जातनिहाय वर्गीकरण (१९८५)

अ.क्र.	महिला सदस्यांची नावे	जात
१	केणी चंद्रिका पी.	मारवाडी
२	सामंत वनिता दत्ता	सारस्वत ब्राह्मण
३	ठाकूर शरयू गोविंद	ब्राह्मण
४	गोरे मृणाल केशव	सी.के.पी.
५	परिहार पार्वती लक्ष्मणराव	गुजराती
६	डिसिल्वा सेलिन	ख्रिश्चन
७	हिरे पुष्पाताई व्यंकटराव	मराठा
८	बोरसे शालिनी सुधाकर	मराठा
९	वाघ पारूबाई चंद्रभान	धनगर
१०	टापरे शारदा प्रभाकरराव	मारवाडी
११	राव प्रभा	कुणबी

अ.क्र.	महिला सदस्यांची नावे	जात
१२	देशभ्रतार दामुन्तीबाई मधुकर	नवबौद्ध
१३	वाजपेयी राजकुमारी	मारवाडी ब्राह्मण
१४	सातव रजनीताई शंकरराव	माळी
१५	जगदाळे उषादेवी कृष्णाराव	मराठा
१६	खंजिरे सरोजिनी बाबासाहेब	जैन

१९८५ च्या विधानसभा निवडणुकीत १६ पैकी १४ महिला आमदार या हिंदू धार्मिक गटातील निवडून आल्या होत्या. याशिवाय ख्रिश्चन व नवबौद्ध महिला प्रत्येकी एक निवडून आल्या होत्या. मुस्लिम महिला मात्र एकही निवडून आली नाही (पहा तक्ता क्र.४.१८)

तक्ता क्र. ४.१८
महिला आमदारांचे धर्मघटकानुसार वर्गीकरण (१९८५)

अ.क्र.	धर्म	संख्या	टक्केवारी
१	हिंदू	१४	८७.५
२	ख्रिश्चन	१	६.२५
३	मुस्लिम	0	0
४	नवबौद्ध	१	६.२५
एकूण		**१६**	**१००**

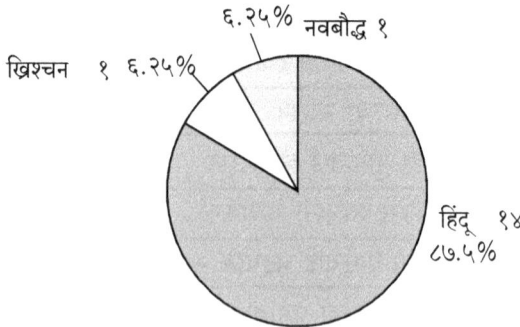

(टीप : तक्ता क्र.४.१८ नुसार बनवलेला आलेख)

समारोप :

१९७८ नंतर महाराष्ट्राच्या विधानसभेसाठीच्या मतदारसंघातून महिला उमेदवार निवडून येण्याचे प्रमाण वाढलेले दिसते. उदा. १९७८ मध्ये ०८, १९८० मध्ये १९ व १९८५ मध्ये १६, अशा एकूण ४३ महिला निवडून आल्या होत्या, १९७८ मध्ये काँग्रेस पक्षाकडून केवळ तीन महिला निवडून आल्या होत्या. जे. एन. पी. कडून पाच महिला निवडून आल्या होत्या. १९८० मध्ये काँग्रेसकडून पुन्हा निवडून आलेल्या महिलांचे प्रमाण वाढले. त्या वर्षी १९ पैकी १७ महिला या काँग्रेस पक्षाकडून निवडून आल्या होत्या. भाजप या पक्षाच्या दोन महिला निवडून आल्या होत्या. काँग्रेसखेरीज भाजपने महिलांचे संघटन या दरम्यान सुरू केले, असे दिसते. १९८५ मध्ये काँग्रेस, जनता पक्ष, काँग्रेस (एस) व अपक्ष अशा तीन पक्षांकडून व अपक्ष या पद्धतीने महिला निवडून आल्या होत्या. विधानसभेच्या खेरीज महिलांची चळवळ उभी रहात होती. महागाईविरोधी आंदोलन या दोन दशकात झाले. १३ सप्टेंबर १९७२ रोजी महागाई प्रतिकार संयुक्त महिला समिती स्थापन केली होती. त्यांच्या अध्यक्षा मृणाल गोरे होत्या. लाटणे मोर्चा काढण्यात आला होता (१७ ऑक्टोबर १९७३). १९७५ मध्ये मृणाल गोरे, अहिल्या रांगणेकर, दुर्गाबाई भागवत यांनी आणीबाणीविरोधी आंदोलन केले होते. विचारस्वातंत्र्याचे समर्थन या चळवळीत केले होते. दलित पँथर, 'युक्रांद' या चळवळीमध्ये 'स्त्रीवाद' ही महिला प्रश्नांची चिकित्सा करणारी चर्चा सुरू झाली होती. 'पितृसत्ताक संबंध' ही संकल्पना नव्याने महाराष्ट्रात घडली.

संदर्भ

१. www.eci.gov.in

२. महाराष्ट्र शासन १९७८, १९८०, १९८५ विधानसभा व विधानपरिषद सदस्यांचा परिचय, मुंबई.

३. पवार वैशाली, महाराष्ट्रातील महिलांचा राजकीय सहभाग, अप्रकाशित प्रोजेक्ट बीसीयूडी, पुणे विद्यापीठ

५

नव्वदीच्या दशकातील महिलांच्या संघटनांचे राजकारण

प्रस्तावना :

नव्वदीच्या दशकात विधानसभेच्या तीन निवडणुका झाल्या होत्या. (१९९०, १९९५, १९९९) अशा तीन निवडणुकांमध्ये मिळून २९ महिला महाराष्ट्र विधानसभेवर निवडून आल्या होत्या. १९९० मध्ये ०६ महिला, १९९५ मध्ये ११ महिला व १९९९ मध्ये १२ महिला निवडून आल्या. या महिलांच्या राजकारणास नवीन आर्थिक धोरण, महिला सबलीकरण धोरण, बदलती पक्षीय स्पर्धा आणि आघाड्यांचे राजकारण असे राजकीय संदर्भ आहेत. याशिवाय दलित महिला चळवळ आणि हिंदुत्ववादी महिला चळवळी या दशकात जास्त कृतिप्रवण झाल्या होत्या.

महिलांचे राजकीय संघटन :

काँग्रेस, शिवसेना, भाजप व राष्ट्रवादी काँग्रेस या पक्षांमध्ये महिलांच्या राजकीय संघटनांच्या संदर्भात राजकीय स्पर्धा सुरू झाली होती. काँग्रेस पक्षाने राज्यसंस्थेच्या मदतीने महिलांचे सबलीकरण धोरण निश्चित केले. महाराष्ट्र सरकारने जून १९९३ मध्ये राज्य महिला आयोगाची स्थापना केली. राज्य महिला आयोगाने पुढाकार घेऊन महिलांच्या विकासासाठी कायद्याच्या व प्रशासनाच्या क्षेत्रात सुधारणा करण्याचा विचार मांडला. जून १९९४ मध्ये महाराष्ट्र राज्याचे महिला धोरण जाहीर केले. सरकारी नोकऱ्यांत, पंचायती व नगरपालिका यात ३० टक्के व पुढे ३३ टक्के जागा राखीव ठेवल्या. महिलांवरील अत्याचारांविरोधी तत्काळ कडक कायदेशीर कार्यवाही करण्यासाठी स्वतंत्र न्यायालयांची स्थापना केली. या शासकीय निर्णयामुळे महिला सबलीकरण प्रक्रिया गतिमान झाली होती.

महिला धोरण काँग्रेस पक्षाने स्वीकारल्यानंतर शिवसेनेची महिला आघाडी क्रियाशील झाली; परंतु, यापूर्वीच नोकरी, नागरी समस्या आणि दंगली यात महिलांनी शिवसेनेत मोठ्या संख्येने सहभाग घेतला. शिवसेनेची महिला आघाडी भाजपच्या

मोर्चापेक्षा वेगळी रणनीती वापरत होती. परंतु तिचे उद्दिष्ट मात्र राजकीय संघटनांचे होते. शिवसेनेच्या शाखांवर सहसा १९६६ ते १९७२-७३ या कालखंडात महिला जात नव्हत्या. कारण 'शिवसैनिक' ही संकल्पना पुरुषी असते. शिवसेना ही संघटना पुरुषी वर्चस्वाची व धाकदडपशांही असल्यामुळे शिवसेना संघटनेपासून महिला वर्ग अलिप्त राहिला. शिवसेनेची भूमिकाही या कालखंडात 'केवळ पुरुषांची संघटना' अशी होती. नागरी समस्या शिवसेनेच्या शाखेवर सोडवल्या जातात, हे लक्षात घेऊन महिला वर्ग शाखेवर तक्रारीची नोंद करण्यास येई. पाणी, वीज, पोटभाडेकरू इत्यादी समस्यांविषयक तक्रारी शाखेवर सोडवल्या जात होत्या. स्थानिक लोकाधिकार समित्या स्थापन झाल्यानंतर बँक, विमा कंपन्या, विविध महामंडळे अशा नोकरीच्या संधी महिलांना शिवसेनेने उपलब्ध करून दिल्या. नोकरीच्या संधीमुळे शिवसेना व महिला यांचा संबंध येऊ लागला. या पार्श्वभूमीवर आधारित महिला आघाडीची स्थापना शिवसेनेने केली. सुधा चुरी या महिला आघाडीच्या प्रमुख आहेत. दुर्गा व शक्ती ही शिवसेना आघाडीची प्रतीके आहेत. दुर्गा व शक्ती ही प्रतीके राष्ट्रभक्ती, प्रबळ राष्ट्र यांसाठी वापरली जातात. ही प्रतीके हिंदू धर्मातून घेतलेली आहेत. शिवसैनिक महिला दुर्गाउत्सव साजरा करतात. ऐतिहासिक व पौराणिक देखावे प्रदर्शित करून हिंदू मानसिकता तयार केली गेली होती. पाणी, वीज, नोकरी यांसारख्या नागरी समस्या सोडवण्याचा शिवसेना महिला आघाडीचा मार्ग हिंदू धर्म व संस्कृती यांवर आधारलेला आहे. ही त्यांची वैचारिक चौकट आहे. याउलट, डाव्या स्त्रीवादी चळवळींची प्रश्न सोडवण्याची रीत वेगळी आहे. प्रश्नांचा छडा लावण्यासाठी जे जे खाजगी, ते ते सार्वजनिक अशी भूमिका स्त्रीवादी चळवळीची असते. याउलट, शिवसेनेची महिला आघाडी सार्वजनिकतेचे तत्त्व नाकारते. इज्जत, प्रतिष्ठा या गोष्टी शिवसेना आघाडी महत्त्वाची मानते. त्यामुळे स्त्रियांचे प्रश्न खाजगीरीत्या व्यक्तिगत पातळीवर गोपनीयतेने सोडवले जातात. कुटुंब, जात, कूळ, धर्म यांची प्रतिष्ठा या प्रश्नांमध्ये महत्त्वाची मानली जाते. कुटुंब, जात, धर्म संरचनांच्या शोषणावर आधारलेल्या संरचनांच्या विरोधातच डाव्या चळवळीचा विद्रोह असतो. त्यामुळे जात, धर्म, कूळ, कुटुंब या संरचना मान्य करणारे पुरुष महिलांना त्यांच्या विरोधात विद्रोह करू देत नाहीत. शिवसेना संघटनेची प्रश्न सोडविण्याची पद्धत सुधा चुरी यांनी स्पष्ट केली आहे. त्यांच्या मते, स्त्रियांना टाकून देणाऱ्या पुरुषांना शाखेवर बोलावले जाते, संबधित पुरुषास त्याची बायको सांभाळण्यास किंवा पोटगी देण्यास सांगितले जाते. या गोष्टीस नकार दिल्यानंतर महिला आघाडी पोलिसांकडे तक्रार नोंदविते. पोलिस यंत्रणेवर दबाव आणण्यासाठी मोर्चा, घेराव या मार्गांचा वापर केला जातो. पोलिस यंत्रणा अपयशी ठरल्यास शिवसैनेचा कायदा

वापरला जातो. या कार्यपद्धतीस प्रथम गोपनीयता व व्यक्तिगत स्वरूप देण्यात येते. नंतर शासनयंत्रणेवर दबाव निर्माण करण्याचे तंत्र वापरतात. शिवसेनेचा कायदा वापरला जातो. नागरी कायद्यापेक्षा शिवसेनेचा कायदा श्रेष्ठ मानला आहे.

शिवसेनेची महिला आघाडी स्त्रीची प्रतिमा आदर्श उभारण्याबरोबरच आक्रमक उभी करते. आक्रमक भूमिका महिलांनी अनेक घटनांमध्ये घेतल्या आहेत. डिसेंबर १९९२ व जानेवारी १९९३ च्या दंगलीत शिवसेना पक्षाचा सहभाग होता. ९ डिसेंबर १९९२ रोजी मुंबई शहरात महिलांनी बाळ ठाकरे यांना पोलिसयंत्रणा पकडणार असल्याची अफवा पसरवली होती. रॉकेल किंवा पेट्रोल यांमध्ये बुडवून बोळे देणाऱ्या आणि प्रसंगी ते फेकणाऱ्या स्त्रिया दंगलीत होत्या. शिवसेनेने पोलिसयंत्रणेवर दबाव निर्माण करण्यासाठी महिला घेरावाचा डावपेच वापरला आहे. मोठ्या संख्येने घराबाहेर पडून मोर्चा काढणे, विरोधकांना-व्यक्तीला वा गटाला गराडा घालणे, प्रक्षुब्ध बाचाबाची करणे, पोलिस ठाण्यावर जाऊन पकडलेल्या समाजकंटकांना सोडविणे वा सोडवण्यासाठी भाऊगर्दी करणे या गोष्टी स्त्रियांनी केलेल्या आढळतात. शस्त्रअस्त्रांसह खेरवाडीचे आमदार मधुकर सरपोतदार यांना (१९९३) साली रंगेहाथ पोलिसांनी पकडले. तेव्हा निर्मलनगर पोलिसस्टेशनवर पाच ते सहा हजार स्त्रियांचा मोर्चा गेला होता. तणाव वाढवण्याचे काम महिलांनी केले. तणाव वाढतोय, हे लक्षात घेऊन पोलिसांनी सरपोतदारांना सोडून दिले. यापद्धतीने शिवसेनेची महिला आघाडी काम करते.

धार्मिक व सांस्कृतिक प्रतीकांचा शिवसेना महिला आघाडीने वापर केला. 'महाआरत्या' शिवसेनेने मुंबई शहरात सुरू केल्या होत्या. त्या आरत्यांमध्ये महिलांचा सहभाग होता. महाआरतीचे १९९२-९३ मधील कार्यक्रम मुस्लिम विरोधात होते. याचे समर्थन महिलांनी केले. यातून महिलावर्गात परधर्मद्वेषाचे बीज पेरले गेले. सांस्कृतिक व धार्मिक सीमारेषा अस्पष्ट असणारे हळदीकुंकू, दसरा भेट, दीपावली भेट यांसारखे कार्यक्रम राजकीय संपर्कासाठी शिवसेनेने राबविले. यातून शिवसेनेच्या महिला आघाडीची विचारप्रणाली धार्मिक व सांस्कृतिक घटकांना अनुसरून हिंदू राष्ट्रवादी घडत गेली.

महिला मोर्चा – दुर्गावाहिनी :

भाजपने १९८० साली महिला मोर्चाची स्थापना केली. महिला मोर्चात स्त्रियांची भरती राष्ट्रीय सेविका समितीतून झाली आहे. संघाच्या विचारप्रणालीत लवचिकता बाळासाहेब देवरसांनी आणली. त्यानंतर समितीच्या विचारप्रणालीतही बदल झाला. तेव्हा संघाने समितीला आपले सदस्यत्व तळागाळापर्यंत पोहोचविण्याचे प्रोत्साहन दिले. संघाच्या बाहेरील महिलांचेदेखील संघटन, महिला मोर्चा-दुर्गावाहिनी संघटना

करतात. खेडेगावातील महिलांचे संघटन करण्यावर या संघटनांनी भर दिला. पूजा, पाककलेचे वर्ग, चारित्र्यनिर्मिती इत्यादी कार्यक्रम त्यांनी ग्रामीण भागात सुरू केले. महिला मोर्चाचे नेतृत्व बिगर महाराष्ट्रीय स्त्रीकडे देऊन, मुंबई शहरातील बिगर महाराष्ट्रीय महिला वर्गात शिरकाव करण्याचे धोरण त्यांनी स्वीकारले. समिती लक्ष न वेधून घेणारी संघटना होती, तर महिला मोर्चा-दुर्गावाहिनी या संघटना लक्ष वेधून घेणाऱ्या आणि संसदीय राजकारणासाठी संघटन करणाऱ्या संघटना आहेत. महिला मोर्चा या संघटनेच्या तेरा लाख सदस्या आहेत, असा त्यांचा दावा आहे. यावरून या संघटनेच्या राजकीय संघटनांची कल्पना करता येते. छोट्या गटांच्या पातळीवर सार्वत्रिक बैठका, योग, ज्युदो-कराटे, नेमबाजी, राजकीय वैचारिक चर्चा, सभा संमेलने, मोर्चे असे कार्य समितीने सुरू केले. या संघटनांनी मध्यमवर्गीय महिलांचे शिक्षण, नोकरी, हुंडा, बलात्कार हे प्रश्न हाती घेतले. यामुळे राजकीय दृष्टिकोनातून संघटन करण्यावर भाजपने भर दिला.

महिला मोर्चा, दुर्गावाहिनी या संघटना राष्ट्रीय सेविका समितीकडे कनिष्ठ जातीय महिलांचा सहभाग वाढवतात. महिला मोर्चा व दुर्गावाहिनी या संघटनेत समितीतील सेविका पूर्ण वेळ संघटनांचे काम करतात. दुर्गावाहिनी ही स्त्रियांची सैनिकी संघटना आहे. दुर्गावाहिनी संघटना कनिष्ठ जातीतील महिलांचे संघटन करून स्वयंसेवक व सेविका म्हणून त्यांना क्रियाशील बनवते. संघ व समिती यांच्याशी कनिष्ठ जातीतील स्त्रियांचे संलग्नीकरण करते. श्रीमती बापट यांच्या म्हणण्यानुसार दुर्गावाहिनी ही धार्मिक नाही, तर ती रोगउपचार विषयक रणनीतीचा भाग म्हणून राष्ट्राला निरोगी व शक्तिशाली करते. दुर्गावाहिनी स्थापण्यामागील मुख्य प्रेरणा म्हणजे स्त्रियांना शारीरिक प्रशिक्षण देणे ही होती. जेव्हा विश्व हिंदू परिषदेने रामजन्मभूमी आंदोलन सुरू केले, तेव्हा बजरंग दल आणि दुर्गावाहिनी या संघटना स्थापन झाल्या आहेत. या पाठीमागील प्रमुख प्रेरणा धार्मिकजागृती करणे ही नाही; तर हिंदू समाजाला शक्तिशाली बनवणे, तरुणपिढीला अमली पदार्थाच्या आहारी जाण्यापासून रोखणे यादृष्टीने ही संघटना काम करते. तसेच कनिष्ठ जातीतील गरीब महिलांचे संघटन करून ही संघटना महिलांना संघपरिवाराच्या भ्रमणकक्षेभोवती फिरती ठेवते. दुर्गा म्हणजे शक्ती. हे प्रतीक संघटनेचे आहे. महिलांनी आक्रमक, झुंजार होण्याचा संदेश ही संघटना देते. राष्ट्रसेविका संघातून भाजप पक्षात भरती झालेल्या साध्वी ऋतंभरा, उमा भारती यांनी स्त्रियांमध्ये आक्रमक होण्याची भाषा वापरली. पुरुषांच्या पुरुषत्वास स्वामी विवेकानंदांप्रमाणे त्यांनी आव्हान केले. एवढेच नव्हे तर आक्रमक भाषा वापरून त्यांनी महिलांचे संघटन केले व ६ डिसेंबर १९९२ रोजी २०,००० कारसेविका एकत्रित केल्या. त्यांचा बाबरी मशीद

पाडण्यात सहभाग होता. यावरून महिलांमधील आक्रमक पवित्र्याचा विस्तार फार मोठ्या प्रमाणावर या संघटनांनी केला, हे स्पष्टपणे दिसते. विविध उत्सवांमध्ये दुर्गा व शक्ती यांची विविध ऐतिहासिक रूपे व देखावे प्रदर्शित करून हिंदू मानसिकता त्यांनी तयार केली. दूरदर्शनवरील मालिकेतून शक्ती-दुर्गाच्या रूपात हेमामालिनीने (जय माता की) शक्तिशाली प्रदर्शन केले. ऑडिओ, व्हिडिओ कॅसेट्सनी हिंदू राष्ट्रवादी विचारांचा प्रचार व प्रसार करण्यास हातभार लावला.

१९९० ची निवडणूक :

भाजप या पक्षाकडून शोभाताई माधवराव फडणीस व विमल नंदकिशोर मुंदडा या दोन महिला १९९० मध्ये प्रथमच निवडून आल्या. नव्वदीच्या दशकात या दोन महिलांचा प्रभाव त्यांच्या मतदारसंघांवर आणि विधानसभेतील कामकाजामध्ये राहिला. विमल नंदकिशोर मुंदडा यांनी राष्ट्रवादी काँग्रेसपक्षात पक्षांतर केले. त्यांनी त्या पक्षातही सत्तास्थान मिळवले होते. १९९० च्या विधानसभेत २८८ जागांसाठी निवडणूक झाली. २८८ जागांपैकी ०६ महिला व २८२ पुरुष महाराष्ट्राच्या विधानसभेवर निवडून आले होते. हे प्रमाण ऐंशीच्या दशकातील महिला सहभागाच्या तुलनेत कमी दिसते. कारण केवळ २.०८ टक्के महिला आमदार झाल्या, तर पुरुषांचे प्रमाण ९७.९१ टक्के आहे (पहा तक्ता क्र.५.१). माटुंगा, दाभाडी, धुळे, पुलगाव, सावली व केज या सहा विधानसभा मतदारसंघांतून महिला उमेदवार निवडून आल्या होत्या.

तक्ता क्र. ५.१

महिला - पुरुष घटकानुसार आमदारांचे वर्गीकरण (१९९०)

अ.क्र.	प्रकार	संख्या	टक्केवारी
१	महिला	०६	२.८
२	पुरुष	२८२	९७.९१
	एकूण	**२८८**	**१००**

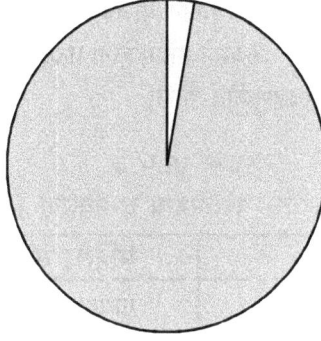

२.०८% महिला ०६
९७.९१% पुरुष २८२

(**टीप :** तक्ता क्र.५.१ नुसार बनवलेला आलेख)

१९९० मध्ये ६ विधानसभा मतदारसंघांतून महिला निवडून आल्या. यांपैकी मुंबईसह कोकण विभागातून एक महिला निवडून आली होती. उत्तर महाराष्ट्रातून दोन महिला निवडून आल्या होत्या. विदर्भातून दोन व मराठवाड्यातून एक महिला निवडून आली होती. पश्चिम महाराष्ट्रातून एकही महिला निवडून आली नाही (पहा तक्ता क्र. ५.२). संयुक्त महाराष्ट्राच्या स्थापनेनंतर प्रथमच पश्चिम महाराष्ट्रातून महिला विधानसभेवर निवडून आल्या नाहीत.

तक्ता क्र.५.२

महाराष्ट्र विधानसभेतील मतदारसंघनिहाय महिला सदस्य (१९९०)

अ.क्र.	मतदारसंघ	महिला सदस्यांची नावे
१	माटुंगा	गोयल चंद्रकांता
२	दाभाडी	हिरे पुष्पाताई व्यंकटराव
३	धुळे	बोरसे शालिनी सुधाकर
४	पुलगांव	काशीकर सरोज रवी
५	सावली	फडणीस शोभाताई माधवराव
६	केज	मुंदडा विमल नंदकिशोर

१९९० च्या विधानसभा निवडणुकीत भाजपच्या तीन, काँग्रेस पक्षाच्या दोन व जनता दलाची एक महिला याप्रमाणे महिला निवडून आल्या होत्या. थोडक्यात,

भाजप, काँग्रेस व जनता दलाखेरील अन्य पक्षांकडून एकही महिला निवडून आली नाही (पहा तक्ता क्र.५.३). या निवडणुकीत भाजपपेक्षा काँग्रेसपक्षाच्या महिला कमी प्रमाणात निवडून आल्या. भाजप-शिवसेनेकडे महिला मतदार या निवडणुकीत सरकले, असा फेरबदल १९९०च्या निवडणुकीत झाला.

तक्ता क्र.५.३
महिला सदस्यांचे पक्षनिहाय वर्गीकरण (१९९०)

अ.क्र.	पक्ष	महिला सदस्यांची नावे
१	भाजप	गोयल चंद्रकांता
२	काँग्रेस	हिरे पुष्पाताई व्यंकटराव
३	काँग्रेस	बोरसे शालिनी सुधाकर
४	ज. द.	काशीकर सरोज रवी
५	भाजप	फडणीस शोभाताई माधवराव
६	भाजप	मुंदडा विमल नंदकिशोर

१९९० च्या विधानसभा निवडणुकीत सर्वात जास्त मते पुष्पाताई व्यंकटराव हिरे यांना मिळाली होती. त्यांच्या मतांची टक्केवारी ४८.९५ होती (पहा तक्ता क्र. ४.४), तर सर्वात कमी मते चंद्रकांता गोयल यांना मिळाली होती. त्यांना ३३.४५ टक्के मते मिळून त्या निवडून आल्या होत्या. थोडक्यात, ३३.४५ टक्के ते ४८.९५ टक्के या दरम्यानची मते घेऊन महिला उमेदवार निवडून आल्या होत्या (पहा तक्ता क्र. ५.४).

तक्ता क्र. ५.४
महिला आमदारांना मिळालेली मते व टक्केवारी (१९९०)

अ.क्र.	महिला सदस्यांची नावे	मिळालेली मते	टक्केवारी
१	गोयल चंद्रकांता	३२३३५	३३.४५
२	हिरे पुष्पाताई व्यंकटराव	४३४६०	४८.९५
३	बोरसे शालिनी सुधाकर	३३२६६	३३.७८
४	काशीकर सरोज रवी	३७६५१	३८.६५
५	फडणीस शोभाताई माधवराव	४९९२४	४२.९५
६	मुंदडा विमल नंदकिशोर	३५९५७	३५.७२

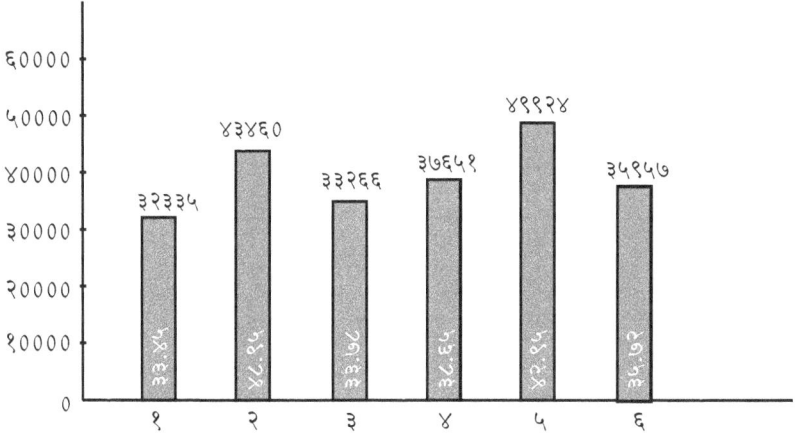

(टीप : तक्ता क्र.५.४ नुसार बनवलेला आलेख)

१९९० च्या विधानसभा निवडणुकीत मराठाजातीच्या दोन महिला निवडून आल्या होत्या; याशिवाय अमराठी, सावजी, ब्राह्मण व चर्मकार या जातींतील प्रत्येकी एक महिला आमदार निवडून आली होती (पहा तक्ता क्र. ५.५). विशेष म्हणजे ओबीसी जातीगटातील महिला निवडून आल्या नाहीत. तसेच नवबौद्ध समाजातील महिला निवडून आल्या नाहीत.

तक्ता क्र.५.५

महिला आमदारांचे जातनिहाय वर्गीकरण (१९९०)

अ.क्र.	महिला सदस्यांची नावे	जात
१	गोयल चंद्रकांता	पंजाबी
२	हिरे पुष्पाताई व्यंकटराव	मराठा
३	बोरसे शालिनी सुधाकर	मराठा
४	काशीकर सरोज रवी	सावजी
५	फडणीस शोभाताई माधवराव	ब्राह्मण
६	मुंदडा विमल नंदकिशोर	चर्मकार

१९९० च्या विधानसभा निवडणुकीत केवळ हिंदू धर्माच्या महिला निवडून आल्या होत्या. ख्रिश्चन, मुस्लिम व नवबौद्ध या धार्मिक गटातील एकही महिला

निवडून आल्या नाहीत (पहा तक्ता क्र.५.६).

तक्ता क्र.५.६

महिला आमदारांचे धर्मघटकानुसार वर्गीकरण (१९९०)

अ.क्र.	धर्म	संख्या	टक्केवारी
१	हिंदू	०६	१००
२	ख्रिश्चन	-	-
३	मुस्लिम	-	-
४	नवबौद्ध	-	-
	एकूण	०६	१००

१९९५ ची निवडणूक :

१९९५ च्या निवडणूक निकालामधून महाराष्ट्राच्या राजकारणात फेरबदल झाला. महिलांच्या संदर्भात बदल झाले. काँग्रेसचे नेते सणस बाबूराव यांची नात ढोरे रूपलेखा खंडेराव ह्या भाजपकडून निवडून आल्या. नरहिरे कल्पना रमेश या शिवसेना पक्षाकडून निवडून आल्या. शेतकरी कामगार पक्षाचे नेतृत्व पुरुषांकडून पाटील मीनाक्षी या स्त्रीकडे सरकले. मराठा सेवा संघ या संघटनेचे नेते पुरुषोत्तम खेडेकर यांच्या पत्नी खेडेकर रेखा पुरुषोत्तम भाजपकडून निवडून आल्या. यातून महाराष्ट्राचे राजकारण अस्थिर झाले, असे दिसते. शिवाय काँग्रेसमधील किंवा शेकापकडील राजकीय घराण्यातील वारस शिवसेना-भाजप यांकडे सरकले. त्यामध्ये महिलांचा राजकीय सहभाग होता. या घटना मनोरंजक वाटल्या, तरी काँग्रेसबद्दल सामाजिक असंतोष समाजामध्ये होता. त्याबद्दलची ही प्रतिक्रिया उमटली होती.

१९९५ च्या विधानसभेत २८८ जागांसाठी निवडणूक झाली. २८८ जागांपैकी ११ महिला व २७७ पुरुष महाराष्ट्राच्या विधानसभेवर निवडून आले. हे प्रमाण फारच व्यस्त आहे; कारण ३.८१ टक्के महिला आमदार झाल्या, तर पुरुषांचे प्रमाण ९६.१८ टक्के आहे (पहा तक्ता क्र.५.७). अलिबाग, माटुंगा, वांद्रे, पालघर, दाभाडी, चिखली, पुलगाव, सावली, केज, कळंब व मावळ या ११ विधानसभा मतदारसंघांतून महिला उमेदवार निवडून आल्या.

तक्ता क्र.५.७

महिला – पुरुष घटकानुसार आमदारांचे वर्गीकरण (१९९५)

अ.क्र.	सदस्य	संख्या	टक्के
१	महिला	११	३.८१
२	पुरुष	२७७	९६.१८
	एकूण	२८८	१००

३.८१ % महिला ११

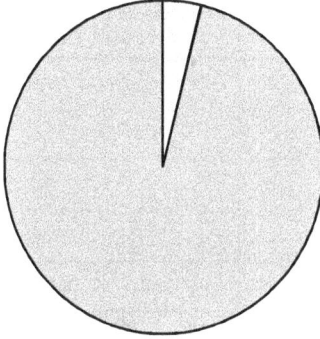

९६.१८ % पुरुष २७७

(टीप : तक्ता क्र. ५.७ नुसार बनवलेला आलेख)

१९९५ मध्ये ११ विधानसभा मतदारसंघातून महिला निवडून आल्या होत्या. यांपैकी मुंबईसह कोकण विभागातून चार महिला निवडून आल्या होत्या. उत्तर महाराष्ट्रातून एक महिला निवडून आली होती. विदर्भातून तीन, मराठवाड्यातून दोन महिला निवडून आल्या होत्या. पश्चिम महाराष्ट्रातून एक महिला निवडून आली होती (पहा तक्ता क्र.५.८). या दशकात पश्चिम महाराष्ट्रातून महिला कमी निवडून येण्याची ही दुसरी राजकीय घटना घडली होती.

तक्ता क्र.५.८

महिला आमदारांचे मतदारसंघनिहाय वर्गीकरण (१९९५)

अ.क्र.	मतदार संघ	महिला सदस्यांची नावे
१	अलिबाग	पाटील मीनाक्षी
२	माटुंगा	गोयल चंद्रकांता वेदप्रकाश
३	वांद्रे	नाईक जयश्री रामदास
४	पालघर	निमकर मनीषा मनोहर
५	दाभाडी	हिरे पुष्पाताई व्यंकटराव
६	चिखली	खेडेकर रेखा पुरुषोत्तम
७	पुलगाव	राव प्रभा
८	सावली	फडणीस शोभाताई माधवराव
९	केज	मुंदडा विमल नंदकिशोर
१०	कळंब	नरहिरे कल्पना रमेश
११	मावळ	ढोरे रूपलेखा खंडेराव

१९९५ च्या विधानसभा निवडणुकीत भाजपच्या सहा, काँग्रेस पक्षाच्या दोन, शिवसेना दोन व शेतकरी कामगार पक्षाची एक महिला निवडून आली होती (पहा तक्ता क्र.५.९) १९९० च्या तुलनेत काँग्रेस पक्षांच्या संदर्भात बदल झाला नाही म्हणजे या दशकात काँग्रेसकडून महिलांचा पाठिंबा शिवसेना-भाजपकडे सरकत गेला. काँग्रेसने महिलांसाठी आरक्षण धोरण निश्चित केले. ते धोरण पुरुषांच्या विरोधातील होते. त्यामुळे या दशकात काँग्रेस विरोधात पुरुष मत नोंदवत होते. यामुळेही काँग्रेस पक्षाकडून महिला निवडून येण्याचे प्रमाण कमी झाले. याउलट, पुरुषांमधील काँग्रेसविरोधी मतांचे एकत्रीकरण शिवसेना-भाजपकडे होत गेले. अशा प्रकारच्या नव्वदीच्या दशकातील संदर्भामुळे महिलांचा सहभाग काँग्रेसकडून शिवसेना-भाजपकडे सरकला. काँग्रेसप्रणीत महिलांच्या आरक्षण धोरणाचा हा परिणाम ठरला.

तक्ता क्र.५.९

महिला आमदारांचे पक्षनिहाय वर्गीकरण (१९९५)

अ.क्र.	पक्ष	महिला सदस्यांची नावे
१	शेकाप	पाटील मीनाक्षी
२	भाजप	गोयल चंद्रकांता वेदप्रकाश
३	भाजप	नाईक जयश्री रामदास
४	शिवसेना	निमकर मनीषा मनोहर
५	काँग्रेस	हिरे पुष्पाताई व्यंकटराव
६	भाजप	खेडेकर रेखा पुरुषोत्तम
७	काँग्रेस	राव प्रभा
८	भाजप	फडणीस शोभाताई माधवराव
९	भाजप	मुंदडा विमल नंदकिशोर
१०	शिवसेना	नरहिरे कल्पना रमेश
११	भाजप	ढोरे रूपलेखा खंडेराव

१९९५ च्या विधानसभा निवडणुकीत सर्वात जास्त मते डॉ. मुंदडा विमल नंदकिशोर यांना मिळाली होती. त्यांच्या मतांची टक्केवारी ५५.९३ होती. (पहा तक्ता क्र.५.१०). तर सर्वात कमी मते सौ. चंद्रकांता गोयल यांना मिळाली होती. त्या २६.३९ टक्के मते मिळवून निवडून आल्या होत्या. थोडक्यात २६.३९ टक्के ते ५५.९३ टक्के या दरम्यानची मते घेऊन महिला उमेदवार निवडून आल्या होत्या (पहा तक्ता क्र.५.१०).

तक्ता क्र.५.१०

महिला आमदारांना मिळालेली मते व टक्केवारी (१९९५)

अ.क्र.	महिला सदस्यांची नावे	मिळालेली मते	टक्केवारी
१	मीनाक्षी पाटील	६१५६९	४५.०३
२	चंद्रकांता वेदप्रकाश गोयल	४६४३३	३९.८४
३	जयश्री रामदास नाईक	३२८८७	३६.६४

अ.क्र.	महिला सदस्यांची नावे	मिळालेली मते	टक्केवारी
४	मनीषा मनोहर निमकर	५५३९९	४६.०८
५	पुष्पाताई व्यंकटराव हिरे	४०१२६	३४.४३
६	रेखा पुरुषोत्तम खेडेकर	३७२१६	२६.३९
७	प्रभा राव	४३१४८	३२.१८
८	शोभाताई माधवराव फडणीस	७१३४३	४५.५७
९	विमल नंदकिशोर मुंदडा	७२३०८	५५.९३
१०	कल्पना रमेश नरहिरे	५८१७१	५१.४३
११	रूपलेखा खंडेराव ढोरे	७१४५२	५३.०७

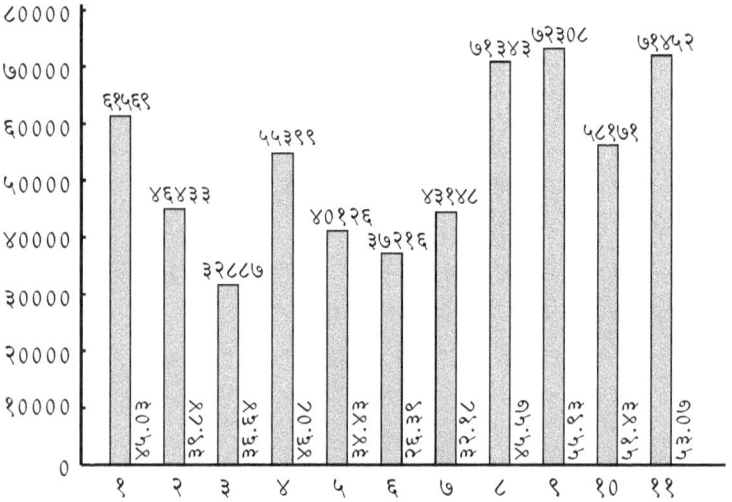

(**टीप :** तक्ता क्र.५.१० नुसार बनवलेला आलेख)

१९९५ च्या विधानसभा निवडणुकीत मराठा जातीच्या दोन महिला निवडून आल्या होत्या. मराठा-कुणबी दोन, अमराठी एक, ब्राह्मण एक, चर्मकार दोन, अनुसूचित जमातीची एक, सारस्वत ब्राह्मण एक व एक ओबीसी, इत्यादी जातीगटातील महिला निवडून आल्या होत्या (पहा तक्ता क्र.५.११).

तक्ता क्र.५.११
महिला आमदारांचे जातनिहाय वर्गीकरण (१९९५)

अ.क्र.	महिला सदस्यांची नावे	जात
१	पाटील मीनाक्षी	आगरी
२	गोयल चंद्रकांता वेदप्रकाश	पंजाबी
३	नाईक जयश्री रामदास	सारस्वत देशस्थ कराडे
४	निमकर मनिषा मनोहर	एस.टी.
५	हिरे पुष्पाताई व्यंकटराव	मराठा
६	खेडेकर रेखा पुरुषोत्तम	मराठा-कुणबी
७	राव प्रभा	कुणबी
८	फडणीस शोभाताई माधवराव	ब्राह्मण
९	मुंदडा विमल नंदकिशोर	चर्मकार
१०	नरहिरे कल्पना रमेश	चर्मकार
११	ढोरे रूपलेखा खंडेराव	मराठा

१९९५ च्या विधानसभा निवडणुकीत ११ हिंदू महिला निवडून आल्या होत्या. ख्रिश्चन, मुस्लिम व नवबौद्ध या धर्माची एकही महिला निवडून आली नाही (पहा तक्ता क्र.५.१२).

तक्ता क्र.५.१२
महिला आमदारांचे धर्मानुसार वर्गीकरण (१९९५)

अ.क्र.	धर्म	संख्या	टक्केवारी
१	हिंदू	११	१००
२	ख्रिश्चन	-	-
३	मुस्लिम	-	-
४	नवबौद्ध	-	-
	एकूण	**११**	**१००**

१९९९ ची निवडणूक :

१९९९ च्या विधानसभेत २८८ जागांसाठी निवडणूक झाली. २८८ जागांपैकी १२ महिला व २७६ पुरुष महाराष्ट्राच्या विधानसभेवर निवडून आले होते. हे प्रमाण पुरुषांच्या तुलनेत फारच व्यस्त आहे; कारण ४.१६ टक्के महिला आमदार झाल्या होत्या, तर पुरुषांचे प्रमाण ९५.८३ टक्के आहे (पहा तक्ता क्र.५.१३). अलिबाग, दादर, माटुंगा, पालघर, निफाड, चिखली, अचलपूर, कामठी, सावली, केज, कळंब व गोरेगाव या विधानसभा मतदारसंघांतून महिला उमेदवार निवडून आले होते.

तक्ता क्र.५.१३

महिला–पुरुष घटकानुसार आमदारांचे वर्गीकरण (१९९९)

अ.क्र.	प्रकार	१९९९	टक्केवारी
१	महिला	१२	४.१६
२	पुरुष	२७६	९५.८३
	एकूण	**२८८**	**१००**

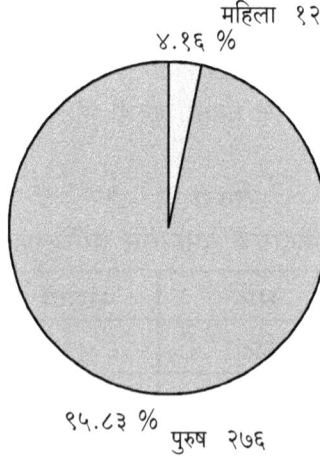

महिला १२
४.१६ %
९५.८३ %
पुरुष २७६

(**टीप :** तक्ता क्र.५.१३ नुसार बनवलेला आलेख)

१९९९ मध्ये विधानसभा मतदारसंघांतून १२ महिला निवडून आल्या होत्या. यांपैकी मुंबईसह कोकण विभागातून चार महिला निवडून आल्या होत्या. विदर्भ व

मराठवाड्यातून सात महिला निवडून आल्या होत्या. पश्चिम महाराष्ट्रातून एक महिला निवडून आली होती. उत्तर महाराष्ट्रातून एकही महिला निवडून आली नाही (पहा तक्ता क्र.५.१४).

तक्ता क्र.५.१४

महिला आमदारांचे मतदारसंघनिहाय वर्गीकरण (१९९९)

अ.क्र.	मतदार संघ	महिला सदस्यांची नावे
१	अलिबाग	पाटील मीनाक्षी
२	दादर	राऊत विशाखा
३	माटुंगा	गोयल चंद्रकांता
४	पालघर	निमकर मनिषा मनोहर
५	निफाड	कदम मंदाकिनी
६	चिखली	खेडेकर रेखा
७	अचलपूर	देशमुख वसुधाताई पुंडलिकराव
८	कामठी	कुंभारे सुरेखा नारायण
९	सावली	फडणीस शोभाताई माधवराव
१०	केज	मुंदडा विमलताई नंदकिशोर
११	कळंब	नरहिरे कल्पना रमेश
१२	कोरेगाव	पाटील शालिनीताई

नव्वदीच्या दशकात काँग्रेस व शिवसेना- भाजप अशी तिरंगी राजकीय स्पर्धा होती. तिचे स्वरूप १९९९ मध्ये बदलले. काँग्रेस-राष्ट्रवादी काँग्रेस व शिवसेना-भाजप असे राजकीय स्पर्धेचे मोठे चार घटकपक्ष उदयास आले. या स्पर्धेत काँग्रेस पक्ष महिलांचे संघटन करू शकला नाही. काँग्रेसमधील नेतृत्व राष्ट्रवादी काँग्रेस आणि शिवसेना-भाजप यांचे आव्हान पेलण्यात घायाळ झाले होते. त्यामुळे महिलांच्या राजकीय सहभागाचा विचार त्यांच्या लेखी शक्यच नव्हता. १९९९ च्या विधानसभा निवडणुकीत शिवसेनेच्या चार, राष्ट्रवादी काँग्रेस पक्षाच्या दोन, भाजपच्या तीन, काँग्रेस पक्षाची एक, रिपब्लिकन पक्षाची एक व शेतकरी कामगार पक्षाची एक महिला निवडून आली होती (पहा तक्ता क्र.५.१५).

तक्ता क्र.५.१५

महिला सदस्य पक्षनिहाय वर्गीकरण (१९९९)

अ.क्र.	पक्ष	महिला सदस्यांची नावे
१	शे.का.प.	पाटील मीनाक्षी
२	शिवसेना	राऊत विशाखा
३	भाजप	गोयल चंद्रकांता
४	शिवसेना	निमकर मनिषा मनोहर
५	शिवसेना	कदम मंदाकिनी
६	भाजप	खेडेकर रेखा
७	काँग्रेस	देशमुख वसुधाताई पुंडलिकराव
८	आर.पी.आय.	कुंभारे सुरेखा नारायण
९	भाजप	फडणीस शोभाताई माधवराव
१०	राष्ट्रवादी काँग्रेस	मुंदडा विमलताई नंदकिशोर
११	शिवसेना	नरहिरे कल्पना रमेश
१२	राष्ट्रवादी काँग्रेस	पाटील शालिनीताई

१९९९ च्या विधानसभा निवडणुकीत सर्वात जास्त मते मुंदडा विमल नंदकिशोर यांना मिळाली होती. त्यांच्या मतांची टक्केवारी ६४.८२ होती. (पहा तक्ता क्र. ५.१६), तर सर्वात कमी मते वसुधाताई पुंडलिकराव देशमुख यांना मिळाली होती. त्या ३०.१३ टक्के मते मिळवून निवडून आल्या होत्या. थोडक्यात ३०.१३ टक्के ते ६४.८२ टक्के या दरम्यानची मते घेऊन महिला उमेदवार निवडून आल्या होत्या.

तक्ता क्र.५.१६

महिला आमदारांना मिळालेली मते व टक्केवारी (१९९९)

अ.क्र.	महिला सदस्यांची नावे	मिळालेली मते	टक्केवारी
१	पाटील मीनाक्षी	३८७६१	३५.५०
२	राऊत विशाखा	३४३०८	४८.४९
३	गोयल चंद्रकांता	३७२४४	३६.५४

अ.क्र.	महिला सदस्यांची नावे	मिळालेली मते	टक्केवारी
४	निमकर मनिषा मनोहर	४६०१५	५५.५४
५	कदम मंदाकिनी	४३२२२	३६.७८
६	खेडेकर रेखा	५३९२३	४६.१७
७	देशमुख वसुधाताई पुंडलिकराव	३५००६	३०.१३
८	कुंभारे सुरेखा नारायण	४५३५०	३७.३५
९	फडणीस शोभाताई माधवराव	६२७७३	४६.३४
१०	मुंदडा विमलताई नंदकिशोर	८१३५४	६४.८२
११	नरहिरे कल्पना रमेश	३७८२६	३९.४५
१२	पाटील शालिनीताई	६१७९२	५८.८५

१९९९ च्या विधानसभा निवडणुकीत मराठा-कुणबी चार, ओबीसी एक, अमराठी एक, ब्राह्मण एक, चर्मकार दोन, अनुसूचित जमातीची एक, आगरी समाजाची एक व नवबौद्ध एक इत्यादी जातींच्या महिला निवडून आल्या होत्या (पहा तक्ता क्र. ५.१७).

तक्ता क्र.५.१७
महिला आमदारांचे जातनिहाय वर्गीकरण (१९९९)

अ.क्र.	महिला सदस्यांची नावे	जात
१	पाटील मीनाक्षी	आगरी
२	राऊत विशाखा	ओ.बी.सी.
३	गोयल चंद्रकांता	अमराठी
४	निमकर मनिषा मनोहर	एस.टी.
५	कदम मंदाकिनी	मराठा
६	खेडेकर रेखा	कुणबी
७	देशमुख वसुधाताई पुंडलिकराव	मराठा
८	कुंभारे सुरेखा नारायण	नवबौद्ध
९	फडणीस शोभाताई माधवराव	ब्राह्मण
१०	मुंदडा विमलताई नंदकिशोर	चर्मकार

अ.क्र.	महिला सदस्यांची नावे	जात
११	नरहिरे कल्पना रमेश	चर्मकार
१२	पाटील शालिनीताई	मराठा

१९९९ च्या विधानसभा निवडणुकीत १२ पैकी ११ महिला हिंदू धर्माच्या निवडून आल्या होत्या. एक महिला नवबौद्ध निवडून आली होती. मुस्लिम व ख्रिश्चन महिला मात्र निवडून आल्या नाहीत (पहा तक्ता क्र. ५.१८).

तक्ता क्र. ५.१८
महिला आमदारांचे धर्मानुसार वर्गीकरण (१९९९)

अ.क्र.	धर्म	संख्या	टक्केवारी
१	हिंदू	११	९२
२	ख्रिश्चन	0	0
३	मुस्लिम	0	0
४	नवबौद्ध	१	८
एकूण		**१२**	**१००**

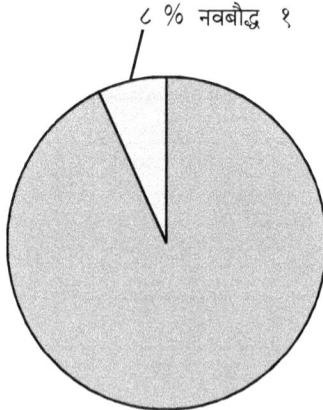

८ % नवबौद्ध १

९२% हिंदू ११

(**टीप :** तक्ता क्र.५.१८ नुसार बनवलेला आलेख)

संदर्भ

१. महाराष्ट्र शासन १९९०, १९९५, १९९९ विधानसभा व विधानपरिषद सदस्यांचा परिचय, मुंबई.

२. फडके य. दि., १९९९, लोकसभा निवडणुका १९५२ ते १९९९ – अक्षर प्रकाशन, मुंबई.

६

समकालीन दशकातील महिलांचे राजकीय संघटन

प्रस्तावना :

समकालीन दशक हे एकविसाव्या शतकातील पहिले दशक आहे. या दशकात २००४ आणि २००९ अशा दोन विधानसभेच्या निवडणुका झाल्या. या दोन निवडणुकांमध्ये राजकीय पक्षांनी महिलांचे संघटन केले, मात्र स्वतंत्रपणे महिला राजकारण उभे राहिले नाही. १९६२ च्या निवडणुकीमध्ये राजकीय पक्षांनी महिलांचे राजकीय संघटन करण्याचे प्रारूप उदयास आले. त्या प्रारूपात डागडुजी करत पुढे पक्षीय पातळीवर राजकीय संघटन घटत गेले. निवडणुकांच्या मार्फत महिलांनी त्यांचे राजकारण उभे केले नाही. हे सर्वसामान्यीकरण झालेले तत्त्व या निवडणुकीतदेखील दिसून आले.

२००४ ची विधानसभा निवडणूक :

या दशकातील निवडणुकीचे विशेष वैशिष्ट्य म्हणजे वर्षा गायकवाड, मनिषा मनोहर निमकर व ॲनी शेखर या तीन महिला अनुक्रमे नवबौद्ध, अनुसूचित जमाती आणि ख्रिश्चन अशा तीन वेगवेगळ्या समाजगटांतून निवडून आल्या होत्या. रंजना सुभाषराव कुल, शालिनीताई वसंतराव पाटील, अनुसया प्रकाशराव खेडकर या तीन विधवा महिला निवडून आल्या होत्या. वर्षा गायकवाड यांचा मतदारसंघ त्यांच्या वडिलांनी बांधलेला मतदारसंघ होता. मनिषा मनोहर निमकर यांना शिवसेना आणि विशेष म्हणजे अनंत दिघे यांचा पाठिंबा होता. रंजना सुभाषराव कुल यांच्या मतदारसंघात सुभाषराव कुल यांचे काम होते. अनुसया प्रकाशराव खेडकर यांचा मतदारसंघ शिवसेनेचा होता. शालिनीताई वसंतराव पाटील या राष्ट्रवादी काँग्रेस पक्षाच्या असण्याबरोबरच त्यांच्या फाळके घराण्याचेही सहकार क्षेत्रात काम होते.

२००४ च्या विधानसभेत २८८ जागांसाठी निवडणूक झाली. २८८ जागांपैकी १२ महिला विधानसभेवर निवडून आल्या होत्या. तर २८८ पैकी २७६ पुरुष महाराष्ट्राच्या विधानसभेवर निवडून आले होते. हे प्रमाण पुरुषांच्या तुलनेत फारच व्यस्त आहे. हा सर्वसामान्य नियम याही निवडणुकीत दिसतो; कारण ४.१६ टक्के महिला आमदार झाल्या, तर पुरुषांचे प्रमाण ९५.८४ टक्के आहे (पहा तक्ता क्र.६.१).

तक्ता क्र.६.१

महिला–पुरुष घटकानुसार आमदारांचे वर्गीकरण (२००४)

अ.क्र.	प्रकार	संख्या	टक्के
१	महिला	१२	४.१६
२	पुरुष	२७६	९५.८३
	एकूण	**२८८**	**१००**

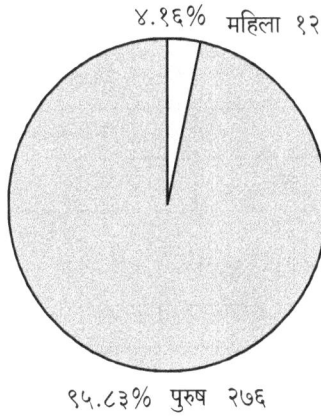

४.१६% महिला १२
९५.८३% पुरुष २७६

(**टीप :** तक्ता क्र.६.१ नुसार बनवलेला आलेख)

२००४ मध्ये विधानसभा मतदारसंघांतून १२ महिला निवडून आल्या होत्या. यांपैकी मुंबईसह कोकण विभागातून तीन महिला निवडून आल्या होत्या. विदर्भातून तीन, मराठवाड्यातून दोन महिला निवडून आल्या होत्या. पश्चिम महाराष्ट्रातून तीन महिला व उत्तर महाराष्ट्रातून एक महिला निवडून आली होती (पहा तक्ता क्र.६.२). कुलाबा, धारावी, पालघर, नाशिक शहर, चिखली, बडनेरा, सावली, नांदेड, केज, भवानी पेठ, दौंड व कोरेगाव या १२ मतदारसंघातून महिला उमेदवार निवडून आल्या होत्या.

तक्ता क्र.६.२

महिला आमदारांचे मतदारसंघनिहाय वर्गीकरण (२००४)

अ.क्र.	मतदार संघ	महिला सदस्यांची नावे
१	कुलाबा	ॲनी शेखर
२	धारावी	गायकवाड वर्षा
३	पालघर	निमकर मनिषा मनोहर
४	नाशिक शहर	बच्छाव शोभा दिनेश
५	चिखली	खेडेकर रेखा पुरुषोत्तम
६	बडनेरा	खोडके सुलभा संजय
७	सावली	फडणीस शोभाताई माधवराव
८	नांदेड	खेडकर अनुसया प्रकाशराव
९	केज	मुंदडा विमलताई नंदकिशोर
१०	भवानी पेठ	ढोले पाटील कमल
११	दौंड	कुल रंजना सुभाषराव
१२	कोरेगांव	पाटील शालिनीताई वसंतराव

२००४ च्या विधानसभा निवडणुकीत शिवसेनेच्या दोन, राष्ट्रवादी काँग्रेस पक्षाच्या पाच, भाजपच्या दोन, काँग्रेस पक्षाच्या तीन महिला निवडून आल्या होत्या (पहा तक्ता क्र. ६.३). गेल्या दोन दशकांच्या तुलनेत प्रथमच काँग्रेसपक्षाची महिलांच्या संदर्भात प्रगती थोडीशी सुधारलेली दिसून आली.

तक्ता क्र.६.३

महाराष्ट्र विधानसभेतील महिला सदस्य पक्षनिहाय वर्गीकरण (२००४)

अ.क्र.	पक्ष	महिला सदस्यांची नावे
१	काँग्रेस	ॲनी शेखर
२	काँग्रेस	गायकवाड वर्षा
३	शिवसेना	निमकर मनिषा मनोहर

अ.क्र.	पक्ष	महिला सदस्यांची नावे
४	काँग्रेस	बच्छाव शोभा दिनेश
५	भाजप	खेडेकर रेखा पुरुषोत्तम
६	राष्ट्रवादी काँग्रेस	खोडके सुलभा संजय
७	भाजप	फडणीस शोभाताई माधवराव
८	शिवसेना	खेडकर अनुसया प्रकाशराव
९	राष्ट्रवादी काँग्रेस	मुंदडा विमलताई नंदकिशोर
१०	राष्ट्रवादी काँग्रेस	ढोले पाटील कमल
११	राष्ट्रवादी काँग्रेस	कुल रंजना सुभाषराव
१२	राष्ट्रवादी काँग्रेस	पाटील शालिनीताई वसंतराव

२००४ च्या विधानसभा निवडणुकीत सर्वात जास्त मते मुंदडा विमल नंदकिशोर यांना मिळाली होती. त्यांच्या मतांची टक्केवारी ५४.७३ होती (पहा तक्ता क्र. ६.४), तर सर्वात कमी मते सौ.कमल ढोले पाटील यांना मिळाली होती. त्या २१.४१ टक्के मते मिळवून निवडून आल्या होत्या. थोडक्यात, २१.४१ टक्के ते ४४.७३ टक्के या दरम्यानची मते घेऊन महिला उमेदवार निवडून आल्या होत्या (पहा तक्ता क्र.६.४).

तक्ता क्र.६.४

महाराष्ट्र विधानसभेतील महिला सदस्यांना मिळालेली मते व टक्केवारी (२००४)

अ.क्र.	महिला सदस्यांची नावे	मिळालेली मते	टक्केवारी
१	ॲनी शेखर	२०२६६	४१.१७
२	गायकवाड वर्षा	६४९८१	५२.७७
३	निमकर मनिषा मनोहर	५८६२७	४७.३६
४	बच्छाव शोभा दिनेश	८५७८६	४५.३८
५	खेडेकर रेखा पुरुषोत्तम	६८९६९	४३.९०
६	खोडके सुलभा संजय	५४९९५	३६.८७
७	फडणीस शोभाताई माधवराव	४८००४	३१.९९

अ.क्र.	महिला सदस्यांची नावे	मिळालेली मते	टक्केवारी
८	खेडकर अनुसया प्रकाशराव	८४६१०	३८.९२
९	मुंदडा विमलताई नंदकिशोर	८६७२०	५४.७३
१०	ढोले पाटील कमल	३९८६१	२१.४१
११	कुल रंजना सुभाषराव	१०२२६४	५२.५८
१२	पाटील शालिनीताई वसंतराव	६१३२६	५१.२८

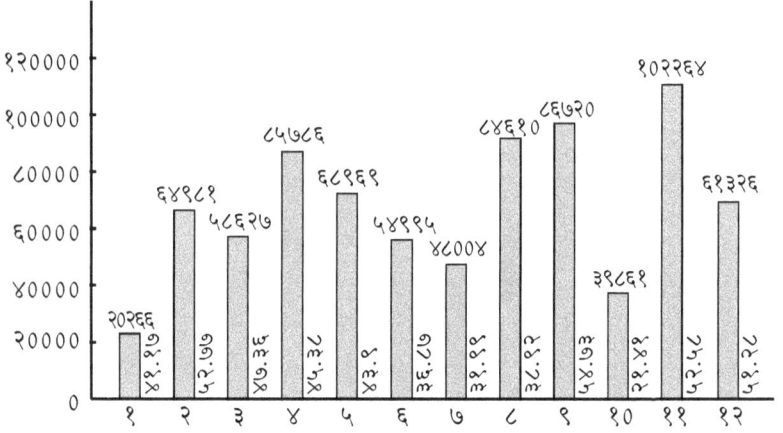

(टीप : तक्ता क्र.६.४ नुसार बनवलेला आलेख)

२००४ च्या विधानसभा निवडणुकीत १२ पैकी ४ महिला मराठा जातीच्या निवडून आल्या होत्या. कुणबी जातीतील दोन, माळी जातीतील एक, ब्राह्मण एक, नवबौद्ध एक, चर्मकार एक, ख्रिश्चन एक याप्रमाणे महिला निवडून आल्या होत्या (पहा तक्ता क्र.६.५).

तक्ता क्र.६.५
महिला आमदारांचे जातनिहाय वर्गीकरण (२००४)

अ.क्र.	महिला सदस्यांची नावे	जात
१	ॲनी शेखर	ख्रिश्चन
२	गायकवाड वर्षा	नवबौद्ध
३	निमकर मनिषा मनोहर	एस.टी.
४	बच्छाव शोभा दिनेश	मराठा

अ. क्र.	महिला सदस्यांची नावे	जात
५	खेडेकर रेखा पुरुषोत्तम	कुणबी
६	खोडके सुलभा संजय	कुणबी
७	फडणीस शोभाताई माधवराव	ब्राह्मण
८	खेडकर अनुसया प्रकाशराव	सोनार
९	मुंदडा विमलताई नंदकिशोर	चर्मकार
१०	ढोलेपाटील कमल	माळी
११	कुल रंजना सुभाषराव	मराठा
१२	पाटील शालिनीताई वसंतराव	मराठा

२००४ च्या विधानसभा निवडणुकीत १२ पैकी १० महिला हिंदू निवडून आल्या. त्यानंतर एक ख्रिश्चन व एक नवबौद्ध महिला निवडून आली होती (पहा तक्ता क्र.६.६). समकालीन दशकात अल्पसंख्याकांना प्रतिनिधित्व मिळाले, असे दिसते.

तक्ता क्र.६.६
महिला आमदारांचे धर्मानुसार वर्गीकरण (२००४)

अ. क्र.	धर्म	संख्या	टक्केवारी
१	हिंदू	१०	८४
२	ख्रिश्चन	१	८
३	मुस्लिम	०	०
४	नवबौद्ध	१	८
	एकूण	१२	१००

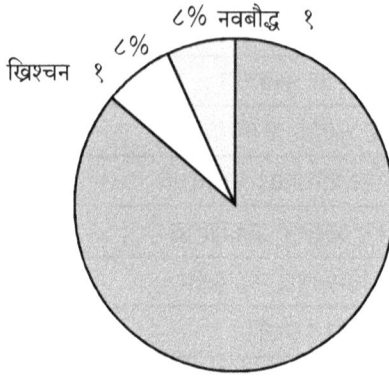

८% नवबौद्ध १
८%
ख्रिश्चन १
८४% हिंदू १०

(**टीप :** तक्ता क्र.६.६ नुसार बनवलेला आलेख)

२००९ ची विधानसभा निवडणूक :

महिलांच्या संदर्भात या निवडणुकीची विशेष अशी दोन वैशिष्ट्ये दिसतात. एक-राजकीय घराण्यांशी संबंधित महिला निवडून आल्या आहेत. दोन-अनुसूचित जाती, अनुसूचित जमाती, ओबीसी आणि ख्रिश्चन अशा विविध समाजगटांतील महिला निवडून आल्या आहेत. वर्षा गायकवाड, माधुरी मिसाळ, पंकजा मुंडे, विमल मुंदडा, मीनाक्षी पाटील, प्रणिती शिंदे, गावित निर्मला आणि ॲनी शेखर या आठ महिला अनुसूचित जाती, अनुसूचित जमाती, ओबीसी आणि ख्रिश्चन अशा चार वेगवेगळ्या समाजगटातून निवडून आल्या होत्या. सर्वसाधारण गटातील मीरा रेगे, श्यामल बागल, यशोमती ठाकूर या तीन महिला निवडून आल्या होत्या. यांमध्ये वर्षा गायकवाड, माधुरी मिसाळ, पंकजा मुंडे, मीनाक्षी पाटील, प्रणिती शिंदे, गावित निर्मला, मीरा रेगे, श्यामल बागल व यशोमती ठाकूर या महिला त्यांच्या घराण्याचे प्रतिनिधित्व करत होत्या. वर्षा गायकवाड यांचा मतदारसंघ त्यांच्या वडिलांनी बांधलेला मतदार होता. पंकजा मुंडे, गोपीनाथ मुंडे यांची मुलगी आहे. मीनाक्षी पाटील या शेतकरी कामगार पक्षातील आगरी समाजातील आहेत. प्रणिती शिंदे माजी मुख्यमंत्री सुशिलकुमार शिंदे यांची कन्या आहे. श्यामल बागल या बागल यांची पत्नी, रश्मी बागल यांची आई आहे. श्यामल बागल या राष्ट्रवादी काँग्रेस पक्षाच्या असण्याबरोबरच त्यांनी सहकार क्षेत्रात काम केले आहे.

२००४ च्या विधानसभेत २८८ जागांसाठी निवडणूक झाली. एकूण ७,५८,११,२४५ मतदारांमध्ये ३, ६०, ७६,४६९ मतदार महिला होत्या. २८८ जागांसाठी

३५५९ उमेदवार उभे होते. त्यापैकी २११ महिला उभ्या होत्या. २११ महिलांपैकी ११ महिला विधानसभेवर निवडून आल्या होत्या. तर २८८ पैकी २७७ पुरुष महाराष्ट्राच्या विधानसभेवर निवडून आले होते. हे प्रमाण पुरुषांच्या तुलनेत फारच व्यस्त आहे. हा सर्वसामान्य नियम याही निवडणुकीत दिसतो. कारण ३.८१ टक्के महिला आमदार झाल्या. तर पुरुषांचे प्रमाण ९६.१८ टक्के आहे (पहा तक्ता क्र. ४.१९).

तक्ता क्र. ६.७

महिला – पुरुष घटकानुसार आमदारांचे वर्गीकरण (२००९)

अ.क्र.	प्रकार	संख्या	टक्के
१	महिला	११	३.८१
२	पुरुष	२७७	९६.१९
	एकूण	२८८	१००

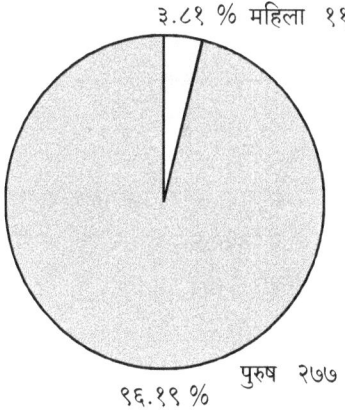

३.८१ % महिला ११

पुरुष २७७

९६.१९ %

(**टीप :** तक्ता क्र.६.७ नुसार बनवलेला आलेख)

२००९ मध्ये विधानसभा निवडणुकीत ११ महिला निवडून आल्या होत्या. यापैकी मुंबईसह कोकण विभागातून तीन महिला निवडून आल्या होत्या. विदर्भातून एक, मराठवाड्यातून तीन महिला निवडून आल्या होत्या. पश्चिम महाराष्ट्रातून तीन महिला व उत्तर महाराष्ट्रातून एक महिला निवडून आल्या होत्या (पहा तक्ता क्र. ६.८). अलिबाग, कुलाबा, धारावी, इगतपुरी, तेवसा, केज, परळी, पाथरी, पर्वती, करमाळा व सोलापूर शहर मध्य या ११ मतदारसंघातून महिला उमेदवार निवडून आल्या होत्या.

तक्ता क्र.६.८

महिला आमदारांचे मतदारसंघनिहाय वर्गीकरण (२००९)

अ.क्र.	मतदार संघ	महिला सदस्यांची नावे
१	अलिबाग	मीनाक्षी पाटील
२	कुलाबा	ॲनी शेखर
३	धारावी	गायकवाड वर्षा
४	तेवसा	यशोमती ठाकूर
५	केज	मुंदडा विमलताई नंदकिशोर
६	परळी	पंकजा मुंडे
७	पाथरी	मीरा रेगे
८	पर्वती	माधुरी मिसाळ
९	करमाळा	श्यामल बागल
१०	सोलापूर शहर	प्रणिती शिंदे
११	इगतपुरी	गावित निर्मला

२००९ च्या विधानसभा निवडणुकीत काँग्रेस पक्षाच्या पाच, शिवसेनेच्या एक, राष्ट्रवादी काँग्रेस पक्षाच्या दोन, भाजपच्या दोन व शेकपची एक महिला निवडून आली होती. (पहा तक्ता क्र. ६.९). गेल्या दोन दशकांच्या तुलनेत प्रथमच काँग्रेस पक्षाची महिलांच्या संदर्भात प्रगती थोडीशी सुधारलेली दिसून आली.

तक्ता क्र. ६.९

महाराष्ट्र विधानसभेतील महिला सदस्या पक्षनिहाय वर्गीकरण (२००९)

अ.क्र.	पक्ष	महिला सदस्यांची नावे
१	शेकप	मीनाक्षी पाटील
२	काँग्रेस	ॲनी शेखर
३	काँग्रेस	गायकवाड वर्षा
४	काँग्रेस	यशोमती ठाकूर
५	राष्ट्रवादी काँग्रेस	मुंदडा विमलताई नंदकिशोर

अ. क्र.	पक्ष	महिला सदस्यांची नावे
६	भाजप	पंकजा मुंडे
७	शिवसेना	मीरा रेगे
८	भाजप	माधुरी मिसाळ
९	राष्ट्रवादी काँग्रेस	श्यामल बागल
१०	काँग्रेस	प्रणिती शिंदे
११	काँग्रेस	गावित निर्मला

२००९ च्या विधानसभा निवडणुकीत सर्वात जास्त मते मुंदडा विमल नंदकिशोर यांना मिळाली होती. (पहा तक्ता क्र. ६.१०), तर सर्वात कमी मते निर्मला गावित यांना मिळाली होती. थोडक्यात ११०४५२ ते २९१५५ या दरम्यानची मते घेऊन महिला उमेदवार निवडून आल्या होत्या (पहा तक्ता क्र. ६.१०).

तक्ता क्र. ६.१०

महाराष्ट्र विधानसभेतील महिला सदस्यांना मिळालेली मते (२००९)

अ. क्र.	महिला सदस्यांची नावे	मिळालेली मते
१	मीनाक्षी पाटील	९३१७३
२	ॲनी शेखर	३९७४९
३	गायकवाड वर्षा	५२४९२
४	यशोमती ठाकूर	७३०५४
५	मुंदडा विमलताई नंदकिशोर	११०४५२
६	पंकजा मुंडे	९६२२२
७	मीरा रेगे	८९०५६
८	माधुरी मिसाळ	६४९५९
९	श्यामल बागल	७०९४३
१०	प्रणिती शिंदे	६८०२८
११	गावित निर्मला	२९१५५

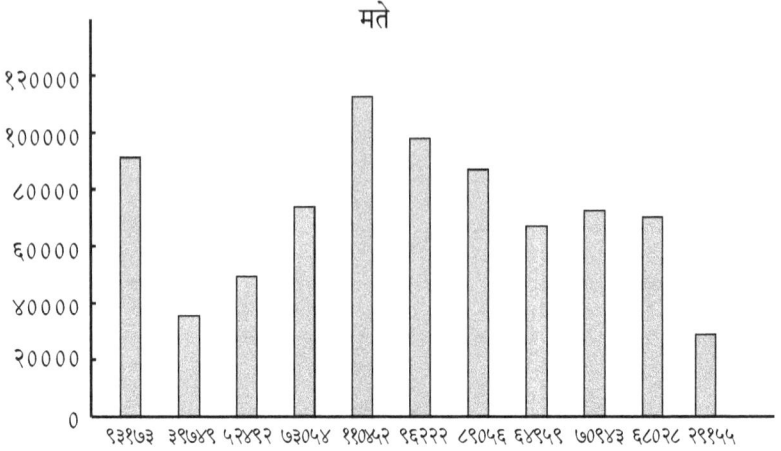

मते

(टीप : तक्ता क्र.६.१० नुसार बनवलेला आलेख)

२००९ च्या विधानसभा निवडणुकीत ११ पैकी दोन महिला मराठा जातीच्या निवडून आल्या होत्या. अनुसूचित जाती, अनुसूचित जमाती, ओबीसी आणि ख्रिश्चन अशा विविध समाजगटांतील महिला निवडून आल्या आहेत (पहा तक्ता क्र. ६.११).

तक्ता क्र. ६.११
महाराष्ट्र विधानसभेतील महिला सदस्यांची जातनिहाय वर्गीकरण (२००९)

अ.क्र.	महिला सदस्यांची नावे	जात
१	मीनाक्षी पाटील	आगरी
२	ॲनी शेखर	ख्रिश्चन
३	गायकवाड वर्षा	नवबौद्ध
४	यशोमती ठाकूर	NA
५	मुंदडा विमलताई नंदकिशोर	चर्मकार
६	पंकजा मुंडे	वंजारी
७	मीरा रेगे	मराठा
८	माधुरी मिसाळ	सोनार
९	श्यामल बागल	मराठा
१०	प्रणिती शिंदे	ढोर
११	गावित निर्मला	एस.टी.

२००९ च्या विधानसभा निवडणुकीत ११ पैकी ९ महिला हिंदू धर्मीय निवडून आल्या. त्यानंतर एक ख्रिश्चन व एक नवबौद्ध महिला निवडून आल्या होत्या (पहा तक्ता क्र.६.१२). समकालीन दशकात अल्पसंख्याकांना प्रतिनिधित्व मिळाले असे दिसते.

तक्ता क्र.६.१२
महिला आमदारांचे धर्मानुसार वर्गीकरण (२००९)

अ.क्र.	धर्म	संख्या	टक्केवारी
१	हिंदू	९	८१.८१
२	ख्रिश्चन	१	९.०९
३	नवबौद्ध	१	९.०९
	एकूण	११	१००

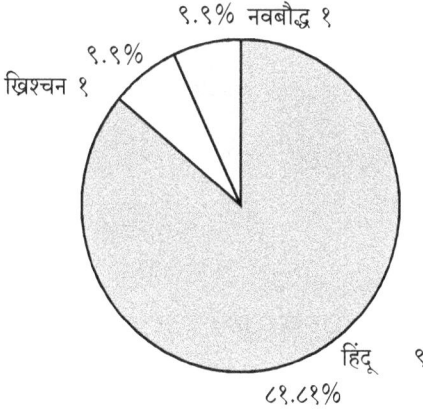

(टीप : तक्ता क्र.६.१२ नुसार बनवलेला आलेख)

सारांश :

विधानसभा व लोकसभा पातळीवर महिला आरक्षणाचा प्रश्न ऐरणीवर आला होता. या पार्श्वभूमीवर २००९ ची विधानसभा निवडणूक महिलांच्या दृष्टीने वेगळी होती. या निवडणुकीत गेल्या सहा दशकांच्या तुलनेत फार बदल झाला नाही. मात्र, अनुसूचित जाती, अनुसूचित जमाती, ओबीसी आणि ख्रिश्चन अशा विविध समाजगटातील महिला निवडून आल्या, हे या निवडणुकीचे वेगळेपण आहे. याशिवाय

मनसे या पक्षाची स्थापना ९ मार्च २००६ रोजी झाली होती. या पक्षाने २००९ च्या लोकसभा निवडणुकीत दोन महिला उमेदवार दिले होते. शालिनी ठाकरे आणि वैशाली दरेकर हे दोन मनसेनेचे उमेदवार होते. या उमेदवारांनी एक लाखांपेक्षा जास्त मते घेतली होती. या पार्श्वभूमीवर मनसे हा पक्ष महिलांच्या राजकीय कृतिप्रवणतेचा विचार करत होता. मनसेच्या १४३ उमेदवारांपैकी १३ उमेदवार निवडून आले. मात्र त्यामध्ये महिला निवडून आली नाही. एकूणच काँग्रेस, राष्ट्रवादी काँग्रेस, शिवसेना, भाजप, शेकाप आणि मनसे या पक्षांनाही महाराष्ट्रातील पितृप्रधान समाजव्यवस्थेच्या मर्यादा विधानसभा पातळीवर पडल्या होत्या. विधानसभेच्या खाली स्थानिक शासन संस्थांमध्ये किंवा लोकसभा पातळीवर मात्र काँग्रेस, राष्ट्रवादी काँग्रेस, शिवसेना, भाजप आणि मनसे हे पक्ष थोडेसे जास्त व्यापक होतात. स्थानिक शासनसंस्थांमध्ये ५० टक्के आरक्षण असल्याने या पक्षांना पितृप्रधान समाजव्यवस्थेवर मात करता येते. लोकसभा पातळीवर इंग्रजी आणि हिंदी या दोन भाषांसंबंधीची भाषिक कौशल्ये आत्मसात केलेली असल्यांने संधी मिळते. संवाद कौशल्य, संभाषण कौशल्य, भाषण कौशल्य, चर्चेत बोलता येण्याची कला ही कौशल्ये त्यांना अवगत असल्यामुळे लोकसभा पातळीवर त्यांना संधी द्यावी लागते, असे दिसते.

संदर्भ

१. www.eci.gov.in

२. महाराष्ट्र शासन १९७८, १९८०, १९८५ विधानसभा व विधानपरिषद सदस्यांचा परिचय, मुंबई.

३. पवार वैशाली, महाराष्ट्रातील महिलांचा राजकीय सहभाग, अप्रकाशित प्रोजेक्ट बीसीयूडी, पुणे विद्यापीठ

७

पक्षीय राजकारणात हरवलेले महिला राजकारण

प्रस्तावना :

१९६२ ते २००९ या दरम्यान महाराष्ट्राच्या विधानसभेमध्ये ११७ महिला निवडून आल्या आहेत. या निवडुन आलेल्या महिला महिलाहिताचे राजकारण करित नाहीत.

१ राजकीय पक्षांकडून राजकारण करीत आहेत. उदा. काँग्रेस, जनसंघ, भाजपा, शिवसेना, इ.

२ राजकारण करताना पक्षाचे हितसंबंध महिला जपतात.

३ महिलांच्या राजकारणात स्त्रीवादी मुद्दे गाभ्याचे म्हणून येत नाहीत.

४ महिलांचे राजकारण पुरुषसत्ताक पद्धतीच्या चौकटीतील आहे.

५ महिलांचे राजकारण जात, जमातवाद या चौकटीत घडते.

६ महिलांच्या राजकारणाला सामाजिक व आर्थिक असे स्वतंत्र पाठबळ नाही.

संयुक्त महाराष्ट्राचे राजकारण १९६० मध्ये सुरू झाले. या दरम्यान महिलांचा राजकीय सहभाग फारच कमी होता. या दरम्यान निवडून आलेल्या महिला आमदार काँग्रेसपक्षाशी संबंधित होत्या. १९७२ पर्यंत काँग्रेस पक्षासाठी महिलांनी राजकारण केले. १९७८ मध्ये महाराष्ट्राच्या राजकारणात काँग्रेसविरोधी राजकारण सुरू झाले. त्यामुळे महिलांना काँग्रेस पक्षाच्या बाहेर जनता पक्ष हे एक व्यासपीठ उपलब्ध झाले. त्यामुळे १९७८ मध्ये ५ महिला जनता पक्षाकडून निवडून आल्या. १९८० मध्ये पुन्हा राजकारणात बदल झाला. पण महिलांचे राजकारण काँग्रेस (आय) विरोधी भाजप गटात विभागले गेले. १९८५ ला पुन्हा राजकारणात बदल झाला. भाजपची एकही महिला उमेदवार निवडून आली नाही. परंतु अपक्ष म्हणून वनिता सावंत, मृणाल गोरे या काँग्रेस चौकटीबाहेरील महिला निवडून आल्या होत्या. याशिवाय काँग्रेस पक्षाच्या पुष्पाताई हिरे (दाभाडे), उषा जगदाळे (दौंड) निवडून आल्या होत्या. म्हणजेच

थोडक्यात काँग्रेस पक्ष महिलांना सामावून घेण्यास अपुरा ठरत होता. १९९० च्या विधानसभा निवडणुकीत काँग्रेसच्या केवळ दोन महिला उमेदवार निवडून आल्या होत्या, तर भाजपच्या तीन महिला निवडून आल्या होत्या. जनता दलाची एक महिला निवडून आली होती. म्हणजेच थोडक्यात १९९० मध्ये महिला राजकारण काँग्रेसकडून भाजपकडे सरकत गेले. १९९५ च्या निवडणुकीमध्ये काँग्रेस पक्षाची केवळ एकच महिला निवडून आली होती. शेतकरी कामगार पक्षाची एक महिला निवडून आली. उरलेल्या सर्व महिला आमदार भाजप-शिवसेनेच्या होत्या. अशीच परिस्थिती १९९९ मध्ये राहिली. २००४ मध्ये मात्र शिवसेना, भाजप हे पक्ष मागे पडले व काँग्रेस, राष्ट्रवादी काँग्रेसच्या महिला आमदार निवडून आल्या. या राजकीय बदलाच्या संदर्भात व महाराष्ट्राच्या राजकारणाच्या चौकटीत निष्कर्ष नोंदविण्याचा प्रयत्न केला आहे.

महिलांना राजकीय क्षेत्रातून वगळण्याची प्रक्रिया (Political exclusion) **:**

महाराष्ट्र विधानसभा पातळीवर राजकीय सहभागाच्या संदर्भात महिला या सामाजिक घटकाला वगळण्याची प्रक्रिया १९६२ ते २००९ या आकरा निवडणुकांमध्ये घडली आहे. हा महिला-पुरुष अशा भेदभावाचा एक परिणाम आहे. राजकीय बहिष्कार किंवा वगळण्याची प्रक्रिया जटिल स्वरूपाची घडली आहे. लिंगभेदाखेरीज जात व वर्ग या दोन घटकांचाही परिणाम महाराष्ट्रातील अकरा निवडणुकांवर झाला आहे. कनिष्ठ जातीतील आणि अल्पसंख्याक महिलांचे प्रमाण निवडून येण्याचे तर फारच कमी होते. राजकीय क्षेत्रात ३१०८ पैकी केवळ ११७ महिला अकरा निवडणुकांमध्ये निवडून येतात. याचा अर्थ राजकीय क्षेत्रात महिलांचा अभाव दिसतो. महिलांना ४६.२४ टक्के राजकारणाबाहेर ठेवलेले आहे. महिला वर्गाला विधानसभा पातळीवर निवडून येणाचा राजकीय हक्क आणि संधीची समानता नाकारण्यात आली. राजकीय प्रतिनिधित्वाच्या पुरुष आणि महिला यांच्यातील समान वितरणाचे तत्त्व पाळण्यात आले नाही. त्यामुळे यास राजकीय क्षेत्रातील विषमतेचे तत्त्व म्हटले पाहिजे. हा एक राजकीय प्रक्रियेच्या संदर्भातील अन्याय आहे. संरचनात्मक आणि वैचारिक बळाच्या संयोगातून महिलांना राजकीयदृष्ट्या वगळण्याची प्रक्रिया घडली आहे, हा मुद्दा निवडणुकांतील आकडेवारीवरुन पुढीलप्रमाणे दिसतो.

महाराष्ट्र विधानसभा सदस्यांचे महिला-पुरुषनिहाय वर्गीकरण (१९६२-२००९)

अ.क्र.	वर्षे	महिला सदस्य संख्या	पुरुष सदस्य संख्या	एकूण संख्या
१	१९६२	१३	२५१	२६४
२	१९६७	०९	२६१	२७०
३	१९७२	००	२७०	२७०
४	१९७८	०८	२८०	२८८
५	१९८०	१९	२६९	२८८
६	१९८५	१६	२७२	२८८
७	१९९०	०६	२८२	२८८
८	१९९५	११	२७७	२८८
९	१९९९	१२	२७६	२८८
१०	२००४	१२	२७६	२८८
११	२००९	११	२७७	२८८
	एकूण	११७	२९९१	३१०८

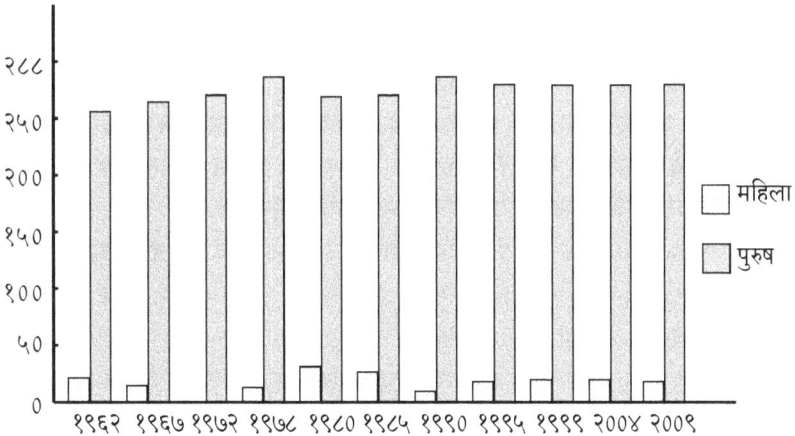

१९६२ ते २००९ या कालखंडात महाराष्ट्र विधानसभेच्या एकूण ११ सार्वत्रिक निवडणुका झाल्या. १९६२ ते २००९ या कालखंडात महाराष्ट्र विधानसभेमध्ये एकूण ३१०८ आमदार निवडून आले. या आमदारांमध्ये २९९१ पुरुष आमदार होते, तर ११७ महिला आमदार निवडून आल्या. म्हणजेच ९६.२३ टक्के पुरुष आमदार निवडून आले होते, तर ३.७६ टक्के महिला आमदार निवडून आल्या होत्या. पुरुष आमदारांच्या तुलनेत महिला आमदार निवडून येण्याचे प्रमाण महाराष्ट्र विधानसभेमध्ये अत्यंत कमी असल्याचे दिसते (पहा तक्ता क्र. ७.१).

१९६२ च्या सार्वत्रिक निवडणुकीमध्ये २६४ जागांपैकी २५१ जागा, म्हणजेच ९५.०७ टक्के पुरुष आमदार निवडून आले, तर १३ जागा म्हणजेच ४.९२ टक्के महिला आमदार निवडून आल्या.

१९६७ च्या सार्वत्रिक निवडणुकीमध्ये २७० जागांपैकी २६१ (९६.६६ टक्के) पुरुष व ०९ (३.३३ टक्के) महिला निवडून आल्या. १९६२ च्या निवडणुकीच्या तुलनेत १९६७ च्या निवडणुकीमध्ये महिला उमेदवार निवडून येण्याचे प्रमाण कमी झालेले दिसते.

१९७२ च्या तिसऱ्या सार्वत्रिक निवडणुकीमध्ये महाराष्ट्र विधानसभेचे सर्व म्हणजेच २७० पुरुष आमदार निवडून आले. यात एकही महिला आमदार निवडून आल्या नाहीत.

१९७८ च्या चौथ्या सार्वत्रिक निवडणुकीमध्ये २८८ जागांपैकी २८० (९७.२२ टक्के) पुरुष आमदार तर ०८ (२.७७ टक्के) महिला आमदार निवडून आल्या होत्या. १९६२, १९६७ या वर्षीच्या निवडणुकांमध्ये निवडून येणाऱ्या महिला आमदारांचे प्रमाण हे १९७८ च्या तुलनेमध्ये जास्त असलेले दिसते.

१९८० च्या पाचव्या सार्वत्रिक निवडणुकीमध्ये २८८ जागांपैकी २६९ (९३.४० टक्के) पुरुष आमदार व १९ (६.५९ टक्के) महिला आमदार निवडून आल्या. या १९८० वर्षाचे प्रमाण हे १९६२ ते १९८० या कालखंडातील सर्वात जास्त महिला आमदार महाराष्ट्र विधानसभेमध्ये निवडून आल्याचे दिसून येते.

१९८५ च्या सहाव्या सार्वत्रिक महाराष्ट्र विधानसभेच्या निवडणुकीमध्ये २८८ जागांपैकी २७२ (९४.४४ टक्के) पुरुष आमदार व १६ (५.५५ टक्के) महिला आमदार निवडून आल्या. १९८० मध्ये निवडून आलेल्या महिला आमदारांच्या प्रमाणापेक्षा १९८५ मध्ये महिला आमदारांचे प्रमाण कमी झाल्याचे दिसते.

१९९० च्या सातव्या सार्वत्रिक महाराष्ट्र विधानसभेच्या निवडणुकीमध्ये २८८ जागांपैकी २८२ (९७.९१ टक्के) पुरुष आमदार व ०६ (२.०८ टक्के) महिला

आमदार निवडून आल्या. १९६२ ते १९९० या कालखंडामध्ये निवडून आलेल्या महिला आमदारांच्या प्रमाणापेक्षा १९९० मध्ये महिला आमदारांचे प्रमाण सर्वात कमी झाल्याचे दिसते.

१९९५ च्या आठव्या सार्वत्रिक निवडणुकीमध्ये २८८ जागांपैकी २७७ (९६.१८ टक्के) पुरुष आमदार व ११ (३.८१ टक्के) महिला आमदार निवडून आल्या. या १९९० च्या सार्वत्रिक महाराष्ट्र विधासभेच्या निवडणुकीमध्ये निवडून येणाऱ्या महिला आमदारांच्या संख्येपेक्षा १९९५ च्या सार्वत्रिक महाराष्ट्र विधानसभेच्या निवडणुकीमध्ये महिला उमेदवारांचे निवडून येण्याचे प्रमाण हे जास्त दिसून येते.

१९९९ व २००४ च्या नवव्या व दहाव्या सार्वत्रिक निवडणुकीमध्ये २८८ जागांपैकी १२ (४.१६ टक्के) महिला आमदार निवडून आल्या होत्या, तर २७६ (९५.८३ टक्के) पुरुष आमदार निवडून आले होते (पहा तक्ता क्र. ७.२).

२००९ च्या अकराव्या सार्वत्रिक निवडणुकीमध्ये २८८ जागांपैकी ११ (३.८१ टक्के) महिला निवडून आल्या होत्या. १९६२ ते २००९ मधील प्रत्येक निवडणुकीमध्ये महिलांना वगळण्याची प्रक्रिया घडली असे संख्याशास्त्राच्या आधारे म्हणता येते. या वगळण्याच्या प्रक्रियेस जवळजवळ पन्नास वर्षे पूर्ण झाली आहेत.

संरचनात्मक आणि लिंगभेद या वैचारिक बळाच्या संयोगातून वगळण्याची प्रक्रिया घडली आहे. महिलांना संधीची समानता दिली गेली नाही. नागरिक या नात्यांने संसाधने आणि सुविधा यांच्या संदर्भात निर्णय घेण्याचा अधिकार नाकारण्यात आला. संसाधने आणि सुविधा यांच्या वितरणामध्ये हेराफेरीचे सूक्ष्म तत्त्व यामुळे राहिले. सहभागाच्या संधीमधूनच राजकीय क्षमतांचा विकास होणार होता. तो ही नाकारण्यात आला.

अकरा निवडणुकांमध्ये ११७ महिला व ३१०८ पुरुष निवडून येणे म्हणजे महिलांवर सामाजिक अंकुश आहे. सांस्कृतिक व नैतिक पातळीवर महिला आणि पुरुष एकमेकांपासून दूर जाण्याचा हा एक प्रकार दिसतो. व्यक्तीला समाजाला योगदान करण्याचे विशेष कौशल्य देणे हे उदारमतवादी प्रारूप आहे. महाराष्ट्रात महिला समूहाला समाजात योगदान करण्याच्या विशेष उदारमतवादी प्रारूपापासूनही वगळण्यात आले आहे. यांचे मुख्य कारण सामाजिक प्रतिष्ठा आणि आदर्शामध्ये दिसते. महिला व पुरुष यांच्यात सत्तेच्या संदर्भातील पदसोपानात्मक संबंध आहेत. यामुळेच महिला समूहांचे राजकीय सहभाग व संदर्भातील ४६.२४ टक्के राजकीय नुकसान किंवा हानी झाली आहे.

तक्ता क्र.७.२

महाराष्ट्र विधानसभा सदस्यांचे महिला-पुरुष टक्केवारी(१९६२-२००९)

अ.क्र.	निवडणुक वर्षे	महिला सदस्य टक्केवारी	पुरुष सदस्य टक्केवारी
१	१९६२	४.९२	९५.७
२	१९६७	३.३३	९६.६६
३	१९७२	००	१००
४	१९७८	२.७७	९७.२२
५	१९८०	६.५९	९३.४०
६	१९८५	५.५५	९४.४४
७	१९९०	२.०८	९७.९१
८	१९९५	३.८१	९६.१८
९	१९९९	४.१६	९५.८३
१०	२००४	४.१६	९५.८३
११	२००९	३.८१	९६.१८

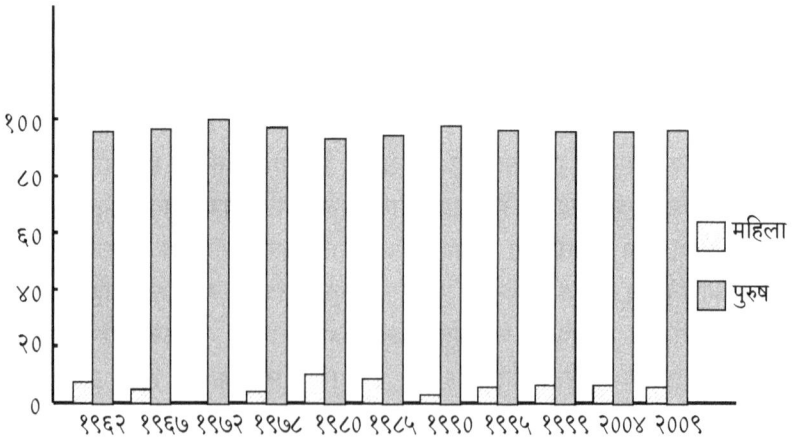

(**टीप :** तक्ता क्र.७.२ नुसार बनवलेला आलेख)

१९६२ ते २००९ या कालखंडात महाराष्ट्र विधानसभेमध्ये एकूण ११७ महिला आमदार निवडून आल्या. कॉंग्रेस, भारतीय जनता पक्ष, शिवसेना, राष्ट्रवादी कॉंग्रेस, समाजवादी कॉंग्रेस, रिपब्लिकन पक्ष, जनता पक्ष, शेतकरी कामगार पक्ष, जे.एन.पी. यांसारख्या राष्ट्रीय व प्रादेशिक राजकीय पक्षांकडून महिला आमदार निवडून आल्या. यांमध्ये सर्वात जास्त महिला आमदार या कॉंग्रेस पक्षाकडून निवडून आल्या. १९६२, १९६७ या दोन सार्वत्रिक निवडणुकांमध्ये २२ महिला निवडून आल्या. या सर्व २२ महिला कॉंग्रेसपक्षाच्या होत्या. १९७८ ला जे.एन.पी. या पक्षाच्या ०५ महिला आमदार निवडून आल्या होत्या. म्हणजेच प्रथमच बिगरकॉंग्रेसी पक्षाकडून महिला आमदार निवडून आल्या होत्या. १९८० मध्ये भाजपच्या ०२, तर १९८५ मध्ये समाजवादी पक्षाकडून ०२, जनता पक्षाकडून ०१ व अपक्ष ०१ अशा कॉंग्रेसशिवाय महिला निवडून आल्या आहेत. १९९० मध्ये भाजप व जनता दल या पक्षांकडून १९९५ मध्ये शिवसेना व शेकाप या पक्षांकडून, १९९९ मध्ये राष्ट्रवादी, शेकाप, भाजप व शिवसेना या कॉंग्रेसव्यतिरिक्त इतर पक्षांकडून महिला निवडून आल्या होत्या. २००४ व २००९ च्या निवडणुकीत भाजप, शिवसेना, राष्ट्रवादी कॉंग्रेस या राजकीय पक्षाकडून महिला निवडून आल्या होत्या.

११७ महिला आमदारांपैकी ६७ (५७.२६ टक्के) महिला कॉंग्रेस पक्षाकडून आमदार झाल्या आहेत. यानंतर भाजपकडून १८ (१५.३८ टक्के), शिवसेना ०९ (७.६९ टक्के), राष्ट्रवादी कॉंग्रेस ०९ (७.६९ टक्के), जे.एन.पी. ०५ (४.२७ टक्के), समाजवादी पक्षाकडून २ व शेकाप कडून ०३ (४.२७ टक्के) महिला आमदार झाल्या आहेत, तर इतर रिपब्लिकन पक्ष, जनता दल, जनता पक्ष, अपक्ष या सर्व पक्षांकडून प्रत्येकी एक महिला आमदार झाल्या आहेत.

एकूण कॉंग्रेस, भाजप, शिवसेना, राष्ट्रवादी कॉंग्रेस, जे.एन.पी., समाजवादी पक्ष, शेकाप, रिपब्लिकन पक्ष, जनता पक्ष, जनता दल, अपक्ष अशा क्रमाने राजकीय पक्षांकडून महिला आमदार झाल्या आहेत.

महाराष्ट्र विधानसभेमध्ये ११७ महिला आमदार निवडून आल्या होत्या. या महिलांच्या धर्मानुसार वर्गीकरण केल्यास सर्वात जास्त महिला- म्हणजेच ११७ पैकी १०७ (९१.४५ टक्के) महिला या हिंदू धर्माच्या आहेत. त्यानंतर नवबौद्ध ६ (५.१२ टक्के), ख्रिश्चन ३ (२.५६ टक्के) व मुस्लिम १ (०.८५ टक्के) महिला आमदार झाल्या आहेत. म्हणजे, हिंदू, नवबौद्ध, मुस्लिम व ख्रिश्चन या चार धर्मांच्या महिला आमदार झाल्या आहेत (पहा तक्ता क्र.७.३). येथेही धर्म या घटकाच्या आधारे सामाजिकदृष्ट्या वगळण्याची प्रक्रिया घडली आहे (social exclusion).

तक्ता क्र.७.३

महिला आमदारांचे धर्मघटकाच्या आधारे वर्गीकरण (१९६२–२००९)

अ. क्र.	धर्म	संख्या	टक्केवारी
१	हिंदू	१०७	९१.४५
२	नवबौद्ध	०६	५.१२
३	मुस्लिम	०१	०.८५
४	ख्रिश्चन	०३	२.५६
	एकूण	११७	१००

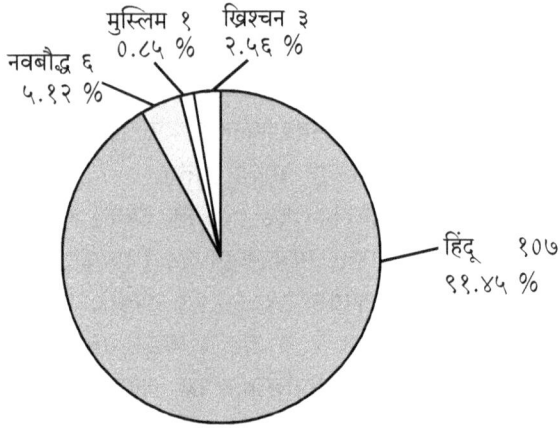

(**टीप :** तक्ता क्र.७.३ नुसार बनवलेला आलेख)

महिलांचे धर्मानुसार वर्गीकरण करण्याबरोबरच, त्या कोणत्या राजकीय पक्षाकडून निवडून आल्या आहेत, याचे वर्गीकरण केल्यास; सर्वात जास्त–म्हणजेच काँग्रेस पक्षाच्या ६७ पैकी ५८ (८६.५६ टक्के) महिला या हिंदू धर्माच्या निवडून आल्या आहेत. त्यांनतर त्या खालोखाल भाजपच्या १८ महिला या हिंदू धर्माच्या निवडून आल्या आहेत. राष्ट्रवादी काँग्रेस, शिवसेना व इतर सर्व पक्षांच्या मिळून ३१ (२८.९७ टक्के) महिला या हिंदू धर्माच्या निवडून आल्या आहेत. काँग्रेस पक्षाकडून नवबौद्ध ०५, मुस्लिम ०१, ख्रिश्चन ०३ इत्यादी धर्माच्या महिला निवडून आल्या आहेत (पहा तक्ता क्र.७.४). भाजप आणि शिवसेना या दोन पक्षांमध्ये तर अल्पसंख्याकांसंदर्भात पूर्णपणे वगळण्याची प्रक्रिया घडली आहे.

तक्ता क्र.७.४
महिला आमदारांचे धर्म व पक्षनिहाय वर्गीकरण (१९६२-२००९)

धर्म	काँग्रेस	राष्ट्रवादी काँग्रेस	शिवसेना	भाजप	रिपब्लिकन	इतर	एकूण
हिंदू	५८	०९	०९	१८	–	१३	१०७
नवबौद्ध	०५	–	–	–	०१	–	०६
मुस्लीम	०१	–	–	–	–	–	०१
ख्रिश्चन	०३	–	–	–	–	–	०३
एकूण	६७	०९	०९	१८	०१	१३	११७

तक्ता क्र. ७.५
महाराष्ट्र महिला आमदारांचे जातीगटानुसार वर्गीकरण (१९६२-२००९)

अ. क्र.	धर्म	संख्या	टक्केवारी
१	उच्च जात	१४	११.९६
२	मराठा-कुणबी	३२	२७.३५
३	ओबीसी	२१	१७.९४
४	अनुसूचित जाती	१५	१२.८२
५	अनुसूचित जमाती	०६	५.१२
६	मुस्लीम	०१	०.८५
७	अमराठी	२१	१७.९४
८	ख्रिश्चन	०३	२.५६
९	माहीत नाही	०४	३.४१
	एकूण	११७	१००

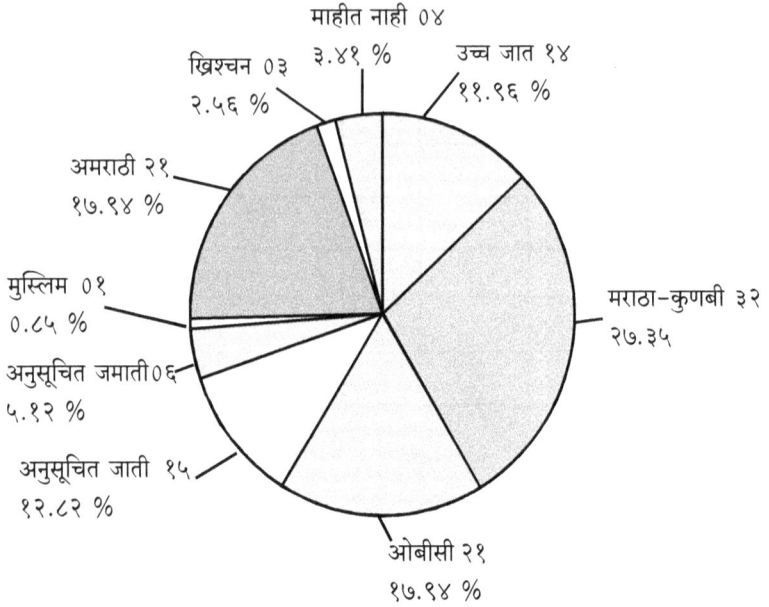

माहीत नाही ०४
३.४१ %

उच्च जात १४
११.९६ %

ख्रिश्चन ०३
२.५६ %

अमराठी २१
१७.९४ %

मुस्लिम ०१
०.८५ %

अनुसूचित जमाती ०६
५.१२ %

अनुसूचित जाती १५
१२.८२ %

मराठा-कुणबी ३२
२७.३५

ओबीसी २१
१७.९४ %

(**टीप :** *तक्ता क्र.७.५ नुसार बनवलेला आलेख*)

महाराष्ट्र विधानसभेमध्ये निवडून आलेल्या महिला आमदारांचे त्यांच्या जातीगटांनुसार वर्गीकरण केल्यास, सर्वात जास्त महिला मराठा-कुणबी या जातीगटाच्या निवडून आल्या आहेत. दोन नंबरवर अमराठी व ओबीसी महिला आमदार निवडून आल्या आहेत. ओबीसी जातीगटामधून २१ (१७.९४ टक्के) महिला आमदार निवडून आल्या आहेत. उच्च जातीगटामधून १४(११.९६ टक्के) महिला आमदार निवडून आल्या आहेत. त्यानंतर १५ (१२.८२ टक्के) महिला आमदार या अनुसूचित जातीच्या, तर अनुसूचित जमातीच्या ०६ (५.१२ टक्के) महिला आमदार निवडून आल्या आहेत. ख्रिश्चन ०३ (२.५६ टक्के), मुस्लिम ०१ (०.८५ टक्के) महिला आमदार निवडून आल्या आहेत. ११७ महिला आमदारांपैकी ०४ महिला आमदारांचा जातीगट माहीत नाही (पहा तक्ता क्र.७.५). अर्थातच जात या घटकावर आधारित देखील वगळण्याची प्रक्रिया घडली आहे. येथेही जातीचा पदसोपान प्रभावी ठरला आहे.

महाराष्ट्र विधानसभेमध्ये निवडून आलेल्या महिला आमदारांचे त्यांचे पक्ष व जातीगट यानुसार वर्गीकरण केल्यास सर्वात जास्त म्हणजेच ११७ पैकी ३२ मराठा-

कुणबी या जातीगटाच्या महिला आमदार निवडून आल्या आहेत. त्यापैकी १९ (६३.३३ टक्के) काँग्रेसच्या; भाजपकडून ४, राष्ट्रवादी काँग्रेस या पक्षांकडून ०५ (१३.३३ टक्के), समाजवादी पक्ष ०२ (६.६६ टक्के), शिवसेना पक्ष-०२, (१.७० टक्के) महिला आमदार मराठा-कुणबी या जातीगटातून निवडून आल्या आहेत.

अमराठी महिला आमदार ११७ पैकी २१ निवडून आल्या आहेत. त्यांपैकी सर्वात जास्त काँग्रेस पक्षाकडून १६ (७६.१९ टक्के) अमराठी महिला आमदार निवडून आल्या. भाजपकडून ०४ (१९.०४ टक्के), जे.एन.पी. पक्षाकडून ०१ (४.७६ टक्के) अमराठी महिला आमदार निवडून आल्या आहेत.

ओबीसी जातीगटांमधून एकूण २१ महिला आमदार निवडून आल्या आहेत. त्यापैकी काँग्रेस पक्षाकडून ११ (५२.३८ टक्के), शिवसेना पक्षाकडून ०२ व शेकाप यांच्याकडून ३, जे.एन.पी. पक्ष, जनता दल व राष्ट्रवादी काँग्रेस पक्ष या पक्षांकडून प्रत्येकी ०१ याप्रमाणे ओबीसी जातीच्या महिला आमदार निवडून आल्या आहेत. भाजप या पक्षाकडून २००९ मध्ये दोन महिला ओबीसी निवडून आल्या आहेत.

उच्च जातीगटांमधून १४ महिला आमदार निवडून आल्या आहेत. त्यांपैकी भाजपच्या सर्वात जास्त म्हणजे ०६ (४२.८५ टक्के), त्या खालोखाल काँग्रेस ०४ (२८.५७ टक्के), जे.एन.पी. पक्ष ०२ (१४.२८ टक्के), जनता दल व अपक्ष यांच्याकडून प्रत्येकी ०१ उच्च जातीगटातून महिला आमदार निवडून आल्या आहेत.

अनुसूचित जातीगटातून एकूण १५ महिला आमदार निवडून आल्या. त्यांपैकी सर्वात जास्त म्हणजे ७ (४६.६६टक्के) महिला आमदार काँग्रेस पक्षाकडून निवडून आल्या. त्यानंतर भाजप, शिवसेना, या पक्षांकडून प्रत्येकी ०२ (१६.६६ टक्के) महिला आमदार अनुसूचित जातीगटातून निवडून आल्या, तर रिपब्लिकन पक्षाकडून ०१ (८.३३ टक्के) महिला आमदार अनुसूचित जातीगटातून निवडून आल्या आहेत. राष्ट्रवादी काँग्रेस पक्षाकडून तीन महिला अनुसूचित जातीगटातून निवडून आल्या आहेत.

अनुसूचित जमातीच्या एकूण ०६ महिला आमदार निवडून आल्या आहेत. त्यांपैकी शिवसेनेकडून सर्वात जास्त म्हणजेच ३ (७५ टक्के) महिला आमदार अनुसूचित जातीगटातून निवडून आल्या, ख्रिश्चन ०२ व मुस्लिम ०१ या महिला आमदार काँग्रेसपक्षाकडून निवडून आल्या (पहा तक्ता क्र.७.५). या आकडेवारीवरून असे दिसते की, निवडून आलेल्या महिलांमध्ये उच्च जाती व कनिष्ठ जाती असा पदसोपानात्मक संबंध राहिला आहे.

महाराष्ट्र विधानसभा पातळीवरील राजकीय सत्ता महिला व पुरुष यांच्यामध्ये

विभागली गेली. १९६२ ते २००९ या कालखंडामध्ये महाराष्ट्र विधानसभेमध्ये एकूण ३१०८ आमदार निवडून आले आहेत. त्यापैकी २९९१ पुरुष आमदार निवडून आले आहेत, ११७ महिला आमदार निवडून आल्या आहेत. ३१०८ सदस्यांपैकी ८२३ आमदारांना राजकीय सत्तेमध्ये वाटा मिळाला. याचाच अर्थ १९६२ ते २००९ या कालखंडात महाराष्ट्र विधानसभेमध्ये निवडून आलेल्या सदस्यांपैकी २६.४८ टक्के सदस्यांनाच राजकीय सत्तेमध्ये वाटा मिळाला. कॅबिनेट मंत्री, राज्यमंत्री, उपमंत्री या पद्धतीने राजकीय सत्तेची विभागणी झाली. आत्तापर्यंत एकूण ४७० कॅबिनेट मंत्री झाले. त्यांपैकी ४५१ (९५.९५ टक्के) पुरुष आमदारांना कॅबिनेट मंत्रीपद मिळाले आहे व १९ (४.०४ टक्के) महिला आमदारांना कॅबिनेट मंत्रीपद मिळाले आहे. याचाच अर्थ सत्तेच्या पातळीवर देखील महिलांना राजकीय वगळण्याची प्रक्रिया घडली.

एकूण ३०५ आमदार राज्यमंत्री झाले आहेत. त्यांपैकी २८२ (९२.४५ टक्के) पुरुष आमदारांना राज्यमंत्रीपद मिळाले आहे, तर २३ (७.५४ टक्के) महिला आमदारांना राज्यमंत्रीपद मिळाले आहे. तसेच एकूण ४८ आमदारांना उपमंत्रीपद मिळाले आहे. त्यांपैकी ४६ (९५.८३ टक्के) पुरुष आमदारांना व केवळ ०२ (४.१६ टक्के) महिला आमदारांना उपमंत्रीपद मिळाले आहे.

महाराष्ट्र विधानसभा पातळीवरील राजकीय सत्ता ९४.६५ टक्के पुरुष आमदारांकडे आहे, तर महिलांना केवळ ५.३४ टक्के एवढीच राजकीय सत्ता मिळाली आहे (पहा तक्ता क्र.५.६).

तक्ता क्र.७.६

महाराष्ट्र महिला आमदारांचे राजकीय सत्तेनुसार वर्गीकरण (१९६२–२००९)

अ. क्र.	मंत्रीपद	महिला	पुरुष	एकूण
१	कॅबिनेट मंत्री	१९	४५१	४७०
२	राज्यमंत्री	२३	२८२	३०५
३	उपमंत्री	०२	४६	४८
	एकूण	४४	७७९	८२३
	टक्केवारी	५.३४	९४.६५	१००

हिंदू चौकटीत महिलांचे संघटन :

शिवसेना-भाजप या पक्षांनी हिंदू अस्मितेच्या आधारे महिलांचे संघटन केले आहे, असे दिसते. धार्मिक कर्मकांडात महिला अधिक गुंतलेल्या आहेत. अशा महिलांचा शिवसेना संघटनेस पाठिंबा मिळाला. ग्रामीण भागाच्या तुलनेत शहरी-निमशहरी भागात महिलांच्या पाठिंब्याचे प्रमाण जास्त आहे. पुरुष आणि महिला यांची तुलना करता, महिलांपेक्षा पुरुषांचा शिवसेना संघटनेला जास्त पाठिंबा आहे. १९९६ च्या निवडणुकीत महाराष्ट्र विधानसभेसाठी ६ महिला उमेदवार शिवसेनेने दिले होते. त्यांपैकी २ महिला उमेदवार विजयी झाल्या, तर ७२ पुरुष निवडून आले होते. या निवडणुकीत महिला मतदारांचे प्रमाण वाढले होते. महिलांचे मतदान भाजप-शिवसेना युतीस झाले. त्यांनी स्त्रीमुक्तीविरोधातच मतदान केलेले दिसते. काँग्रेसप्रणीत महिला धोरणांचे फायदे शहरी महिलांना भविष्यकाळात मिळणार होते. त्यामुळे शहरी भागातील शिवसेना संघटनेची महिला आघाडी आक्रमक करून हिंदुत्वाचा प्रभाव वाढवला होता. या निवडणुकीत शिवसेनेच्या पाठीराख्यांमध्ये ३३ टक्के स्त्रिया आहेत, असा एक निष्कर्ष नोंदवला आहे. पालघर व कळंब या अनुसूचित जमाती व अनुसूचित जातीच्या दोन मतदारसंघांतून शिवसेनेच्या महिला उमेदवार विजयी झाल्या होत्या. १९९९ साली पालघर, कळंब या मतदारसंघांबरोबर खुल्या दादर मतदारसंघातून शिवसेनेच्या महिला उमेदवार विजयी झाल्या. १९९८ च्या लोकसभा निवडणुकीत निवेदिता माने यांना शिवसेनेने इचलकरंजी येथून उमेदवारी दिली होती. त्यांना ३,३२,६२३ मते मिळाली, तर त्यांचा पराभव कलाप्पा आवाडे (काँग्रेस) यांनी १२,१९४ मतांनी केला. १९९९ च्या लोकसभा निवडणुकीपूर्वी निवेदिता माने यांनी राष्ट्रवादी काँग्रेस पक्षात प्रवेश केला, तसेच त्याबरोबर शालिनीताई यांनीही शिवसेनेतून राष्ट्रवादी काँग्रेस पक्षात पक्षांतर केले. १९९९ च्या लोकसभा निवडणुकीत वाशिम मतदारसंघातून भावना गवळी यांना शिवसेनेने उमेदवारी दिली होती. त्यांना २,४४,८२० मते मिळाली, तर त्यांचे प्रतिस्पर्धी अनंतराव विठ्ठलराव देशमुख (काँग्रेस) यांना २,०५,२२५ मते मिळाली होती[८]. या मतदारसंघात शिवसेनेच्या महिला उमेदवार विजयी झाल्या. निवेदिता माने, शालिनीताई पाटील, भावना गवळी या मराठा जातीच्या महिलांचा शिवसेनेला पाठिंबा होता. विशाखा राऊत या इतर मागासवर्गीय, तर मनीषा निमकर या अनुसूचित जमातीच्या महिला उमेदवार होत्या. कल्पना नरहिरे यांना शिवसेनेने १९९५ साली शेकाप पक्षाच्या विरोधात व कल्पना नरहिरे यांच्या वडिलांच्या विरोधात उमेदवारी दिली होती. त्यांनी शेकाप पक्षाचा व वडिलांचा शिवसेना पक्षातून पराभव केला.

स्त्री-मुक्तीविरोधी संकल्पना :

शिवसेना-भाजप पक्षात ब्राह्मणेतर स्त्रियांचा सहभाग मोठ्या प्रमाणावर आहे. मराठा, ओ.बी.सी., भटक्या-विमुक्त जातीजमाती, चर्मकार व मातंग या जातींतील स्त्रियांचा सहभाग दिसतो. या जातीच्या महिला शहरी-निमशहरी भागातील असण्याबरोबर त्या ग्रामीण भागातीलही आहेत. त्यांच्या जातीचे स्थान उच्च व प्रतिष्ठेचे आहे, असे या जातीच्या महिला समजतात. सांस्कृतिक पातळीवरती कुटुंब, धर्म, कूळ, जात, वर्ण, मातृत्व संस्था यांचा या स्त्रियांना स्वाभिमान आहे. या संस्थांचे पावित्र्य जपण्याची आपणावर जबाबदारी आहे, याचे त्यांना आत्मभान आहे. भाजप-शिवसेना संघटनेत जातीय दृष्टिकोनातून उच्चवर्णीय व उच्चभ्रू स्त्रियांचा सहभाग आहे. त्या विविध पक्ष, महिला आघाड्या अशा संघटनात्मक रचनेत संघटन करताना दिसतात. उदा. जयवंतीबेन मेहता, सुधा चुरी, नीलम गोऱ्हे, शालिनीताई पाटील इत्यादी महिला उच्चजातीय आहेत. त्यात जैन, मारवाडी-ब्राह्मण, मराठा यांचा समावेश होतो; तर दुसरा गट हा ओ. बी. सी., भटक्या विमुक्त जमाती, मातंग, चर्मकार यांचा आहे. या महिला त्यांच्या पतीबरोबर हिंदू राष्ट्र निर्माण करण्याच्या कार्यात सहभागी झाल्या आहेत. या महिला मध्यमवर्गीय आहेत. उदा. कल्पना नरहिरे, मनिषा निमकर, विशाखा राऊत, इ.

या महिला झुंजार-आक्रमक आहेत. त्या जात मोडण्यास तयार आहेत, परंतु विचारप्रणाली बदलण्यास तयार नाहीत; तर मराठा महिला राजकीय महत्त्वाकांक्षेसाठी हिंदुत्वशक्तीचा वापर करून घेण्यास पुढाकार घेतात. त्यानंतर पक्षांतर करतात, उदा. शालिनीताई पाटील व निवेदिता माने, इ. मुस्लिम व दलित महिलाविरोधी भूमिका या महिलांची ठाम असते. दंगलीमध्ये स्त्रियांचा सहभाग व विविध उत्सवांत शक्तीचे प्रतीक स्वीकारण्यातून महिला वर्ग दुर्बल राहिला नाही, तो शक्तिपूजक झाला आहे, हे लक्षात घेऊन बाळ ठाकरे निवडणुकीत विजय मिळविण्यासाठी तुळजाभवानीला साकडे घालतात.

हिंदुत्ववादी महिला चळवळ महिला मुक्ती संकल्पनेच्या विरोधी स्वरुपाची आहे. त्यात आध्यात्मिक मुक्तीची संकल्पना मांडल्याचा भास व्यक्तिपुरता मर्यादित होता. व्यक्तिगत पातळीवरती पुरुष सत्तेविरोधी विद्रोह केला होता. हा आशयदेखील हिंदुत्वाच्या आध्यात्मिक विचारसरणीत नाही. उलट ज्या महिलांची भौतिक परिस्थिती व जीवनमान असह्य व असुरक्षित आहे. अशा गरीबवर्गास मोक्षाचा मार्ग ही चळवळ दाखवते. व्यक्ती म्हणून मुक्त होणे हे निव्वळ आध्यात्मिक दृष्टीने शक्य आहे व निव्वळ आध्यात्मिकदृष्टीने मुक्त होणे याला फारसा अर्थ नसतो. कारण असे मुक्त होणे हे एकापरीने समाजविन्मुख होणे असते किंवा शुद्ध पलायनवाद तरी असतो. पुनर्जन्म, आत्म्याचे अमरत्व या संकल्पनांमधून मुक्तीचा विचार मांडून आर्थिक,

सामाजिक, सांस्कृतिक, धार्मिक, शैक्षणिक, मानसिक मुक्तीची संकल्पना साकारत नाही. हिंदुत्व महिला चळवळ भांडवलशाहीतून विस्तारलेल्या सेवाक्षेत्रांवर आधारलेली आहे. तिचा पाया बाजारपेठ आणि उपभोक्ता वर्ग हा आहे. त्यामुळे उपभोक्त्या वर्गास बाजारपेठेतील वस्तूंची खरेदी-विक्री करण्यासाठी भाग पाडण्यास जाहिरातबाजीची गरज असते. यासाठी या चळवळीने महिलांचा जाहिरातीसाठी वापर केला आहे. विश्वसुंदरी स्पर्धा भरवण्यापर्यंत या चळवळीची तयारी झाली आहे. त्यामुळे भांडवलशाही विचारप्रणालीत हिंदुत्व-महिला चळवळ पूरकच आहे.

हिंदुत्व महिला चळवळ धार्मिक असण्यापेक्षा ती राजकीय आहे. ब्राह्मणेतर महिलांचे संघटन, चारित्र्यनिर्मिती ही चळवळ करते. पुरुषांचे व भांडवलशाहींचे हितसंबंध जपण्यासाठी धार्मिक संकल्पनांचा साधन म्हणून वापर केला जातो. या धार्मिक संकल्पना स्त्रियांवर भावनिक परिणाम करतात. स्त्रीच्या मनातील विद्रोहाची संकल्पना विरघळून लावतात. त्यामुळे ही चळवळ स्त्रीमुक्ती संकल्पनेला विरोध करते, असे स्पष्टपणे दिसते, तर प्रस्थापित वर्गाचे ही चळवळ समर्थन करते.

जात घटकाच्या आधारे महिलांचे संघटन :

काँग्रेस, राष्ट्रवादी काँग्रेस हे पक्ष जात या घटकाच्या आधारे महिलांचे संघटन करतात. ११७ पैकी काँग्रेसच्या ६७ व राष्ट्रवादी काँग्रेसच्या ९ महिलांचे संघटन या पद्धतीने केलेले दिसते.

महिलांना विधिमंडळात आरक्षण देणारे विधेयक :

लोकसभा-विधानसभेत स्त्रियांसाठी ३३ टक्के जागा आरक्षित ठेवणाऱ्या विधेयकाबाबत शिफारशी करण्यासाठी स्थापन केलेल्या संसदीय निवड समितीचा अहवाल ९ डिसेंबर १९९६ रोजी संसदेत सादर झाला होता. ज्येष्ठ खासदार श्रीमती गीता मुखर्जी यांच्या अध्यक्षतेखालील या अहवालात समितीने पावसाळी लोकसभा अधिवेशनात मांडलेल्या मूळ मसुद्यात पुढील सुधारणा सुचवल्या.

१) हे आरक्षण सुरवातीला १५ वर्षांच्या कालावधीपर्यंत मर्यादित ठेवून त्यानंतर त्याचा आढावा घेतला जावा.
२) हे आरक्षण दर पाच वर्षांनी फिरते ठेवावे.
३) ओबीसी महिलांसाठी आरक्षणाच्या मुद्याबद्दल निवड समितीमध्ये एकमत झालेले नाही, हेही नमूद केले.

महिला आरक्षण विधेयक १९९६ च्या पावसाळी संसद अधिवेशनात लोकसभेत मांडले गेले, तेव्हा सर्वच प्रमुख राजकीय पक्षांनी त्याला बिनशर्त पाठिंबा दिला होता. सर्व पक्षांनी आपापल्या निवडणूक जाहीरनाम्यात- निवडून आलो, तर स्त्रियांना

लोकसभा-विधानसभेत एक तृतीयांश जागा आरक्षित ठेवू, असे आश्वासन दिले होते. तसेच महिला संघटना आणि महिला खासदारांच्या दबावाखाली जेव्हा ते लोकसभेत मांडले गेले, तेव्हा सर्वपक्षीय कामकाज समितीने दोन तासांच्या चर्चेनंतर ते कोणतेही बदल न करता मंजूर करावे, असे ठरवले होते. पण डावे पक्ष वगळता इतर कोणत्याही प्रमुख पक्षाने आपला शब्द पाळला नाही.

सत्ताधारी जनता दलाने राजकीय श्रेय घेण्यासाठी सुरुवातीस हे विधेयक घाईघाईत मांडूनही, घटना दुरुस्तीसाठी आवश्यक दोन तृतीयांश बहुमतासाठी आपले खासदार उपस्थित राहतील, यासाठी 'व्हिप' काढण्याची तसदी घेतली नाही. काँग्रेसने 'व्हिप' काढला, पण तो न पाळल्याबद्दल एकाही खासदारावर शिस्तभंगाची कारवाई केली नाही. मंडल आयोगाला विरोध करण्यासाठी आत्मदहनाला प्रोत्साहन देणाऱ्या भाजपच्या उमा भारतींनी इतर मागासवर्गीय महिलांचा प्रश्न उपस्थित करून, भाजपची मूळ भूमिका नेहमीप्रमाणे इतरांपेक्षा वेगळी केली.

स्त्री-सुधारणेच्या कार्याच्या इतिहास पाहिला, तर स्त्रियांना प्रत्येक हक्क मिळविताना खूप झगडावे लागले आहे. १९७९ मध्ये मथुरा बलात्कार प्रकरण गाजल्यानंतर ऑगस्ट १९८० मध्ये सरकारने बलात्काराचा कायदा सुधारण्यासाठी संसदेत विधेयक मांडले, परंतु याबाबत कायदा आयोगाने केलेल्या चांगल्या शिफारशी त्यात नव्हत्या. हे विधेयक संसदीय समितीकडे पाठवले गेले. समितीने अहवाल नोव्हेंबर ८२ मध्ये सादर केला आणि प्रत्यक्षात डिसेंबर १९९३ मध्ये विधेयक मंजूर झाले. १९६१ चा हुंडा प्रतिबंधक कायदा सुधारण्यासाठी जून १९८० मध्ये प्रमिला दंडवते यांनी मांडलेले खासगी विधेयक संयुक्त संसदीय समितीकडे पाठविले. त्यानंतर १९८४ मध्ये सरकारने त्याबद्दलचे विधेयक सादर केले. त्या बाबतीतले नियम अमलात यायला ऑक्टोबर १९८५ उजाडले. गर्भजलपरीक्षेच्या विरोधातील मोहीम १९८४ मध्ये सुरू झाली. त्यासंबंधीचे विधेयक एप्रिल १९८७ मध्ये संसदेत मांडले गेले, ते १९९६ च्या सुरुवातीला मंजूर झाले. १२५ कलमाखाली पोटगीची तोकडी रक्कम व ती मिळण्यातील अडचणी लक्षात घेऊन सुशीला गोपालन यांनी १९९२ मध्ये सादर केलेले खासगी विधेयक संसदेच्या कामकाज पटावर आले नाही. १०० वर्षांपूर्वी केलेल्या लग्न-घटस्फोटासंबंधीच्या कायद्यातील सुधारणणांपासून आजही ख्रिश्चन स्त्रिया वंचित आहेत. उलट स्त्रियांसंबंधी जे दोन कायदे संसदेने ताबडतोबीने मंजूर केले ते म्हणजे मुस्लीम महिला विधेयक आणि सतीप्रतिबंधक कायदा हे दोन्हीही पूर्णपणे स्त्रियांच्या विरोधात आहेत.

महिलांसाठी ३३ टक्के आरक्षण, म्हणजे १८० पुरुष खासदारांना आपापल्या मतदारसंघाचा त्याग करावा लागणार, याबद्दल त्यांना अस्वस्थ वाटते. भारतीय स्त्रियांची

एकूण शैक्षणिक स्थिती, अनुभव व क्षमता लक्षात घेता; देशातल्या सर्वात उच्च अशा कायदेमंडळात आरक्षणाच्या आधारावर निवडून आलेल्या स्त्रियांना संसदेचे कामकाज पेलणार नाही, असे काहींचे मत आहे. काहींच्या मते, आरक्षणांमुळे संसदेत 'बीबी-बेटींची फौज' प्रवेश करेल. स्त्रियांसाठी आरक्षित मतदारसंघ फिरते ठेवले, तर व्यक्तीपेक्षा पक्षाच्या भूमिकेला अधिक महत्त्व येऊन या लोकशाहीकरणाच्या प्रक्रियेला अधिक हातभार लागेल. आरक्षित जागांवर स्त्रियांना एकमेकीविरुद्ध उभे केल्याने एकूण स्त्रियांमधील भगिनीभावाला धक्का पोहोचेल किंवा स्त्रियांमध्ये भ्रष्टाचारीपणा, इ. अपप्रवृत्ती संचारतील, अशीही काहींना भीती वाटते.

स्त्रियांनी स्वत:च्या कर्तृत्वावर राजकारणात प्रतिनिधित्व मिळवावे, असे काहींना वाटते. साम्राज्यशाहीच्या विरोधातील जागृती थोपवून धरण्यासाठी ब्रिटिशांनी ज्या घटनात्मक सुधारणा सुचवल्या, त्यात मुस्लीम व दलित यांबरोबर स्त्रियांसाठी स्वतंत्र मतदारसंघ असावेत की नाही, यावरून बराच वाद झाला होता. १९३१ मध्ये पहिल्या गोलमेज परिषदेत श्रीमती सुब्बानारायण आणि बेगम शाहनावज यांनी केलेल्या स्वतंत्र (परंतु धर्मनिरपेक्ष) मतदारसंघाच्या मागणीला त्या वेळी महिला परिषदेने विरोध केला होता. सार्वत्रिक प्रौढ मतदानाचा हक्क आणि मिश्र मतदारसंघाची मागणी करताना, स्त्रियांना आरक्षण देऊ नये, अशी महिला परिषदेची शेवटपर्यंत मागणी होती. सरोजिनी नायडूंनी आरक्षण म्हणजे 'राजकीय क्षेत्रात समतेच्या आपल्या सार्वत्रिक मागणीशी प्रतारणा केल्यासारखे आहे,' असे ठामपणे म्हटले होते. तरीही १९३७ च्या प्रादेशिक मंडळाच्या निवडणुकीत निवडून आलेल्या ५६ महिलांपैकी ४१ स्त्रियांना आरक्षणाचा आधार होता आणि पाच जणींची नियुक्ती केलेली होती. 'चले जाव'च्या वातावरणात हा मुद्दा मागे पडला आणि स्वातंत्र्याबरोबर १९४७ मध्ये स्त्रियांना मतदानाचा समान हक्क मिळाल्यानंतर तो विरून गेला.

१९७४ मध्ये 'कमिटी फॉर स्टेटस ऑफ वुमेन इन इंडिया' ने आपल्या अहवालात स्त्रियांच्या घटत चाललेल्या राजकीय सहभागाकडे लक्ष वेधून स्त्रियांसाठी वेगळ्या पंचायती व त्यासाठी स्वतंत्र पैशाच्या तरतुदींची शिफारस केली. समितीच्या अध्यक्षा फुलरेणम गुहा ('उच्च वर्गातील स्त्रिया याचा फायदा उठवतील' म्हणून) आणि मणीबेन कारा ('स्त्रियांनी स्वत:च्या जागृतीतून प्रतिनिधित्व मिळवावे' या कारणास्तव) यांनी आपली वेगळी मतभेदाची टिप्पणी जोडली; तर वीणा मुजुमदार आणि लतिका सरकार यांनी पंचायतीपासून लोकसभेपर्यंत आरक्षणाची शिफारस केली. 'नॅशनल परस्पेक्टिव्ह प्लॅन' मध्ये राजीव गांधी सरकारने पंचायत व्यवस्थेत ३० टक्के स्त्रियांची नियुक्ती करावी, असे सुचवले; तेव्हा राष्ट्रीय महिला संघटनांनी नियुक्तीला विरोध करून, प्रत्यक्ष निवडणुकीच्या आधारावर आरक्षणाची मागणी केली.

काँग्रेस अध्यक्ष सीताराम केसरी यांनी स्त्रियांना पुरेसे प्रतिनिधित्व असल्यामुळे आरक्षणाची गरज नसल्याचे म्हटले आहे. संसद, विधानसभेत ओबीसींना आरक्षण नाही व ते असावे की नाही, हा मुद्दा महिला आरक्षणाच्या विधेयकाशी विनाकारण जोडला जाऊन मूळ मुद्याला बगल दिली जात आहे. जिथे इतर मागासवर्गीयांचे वर्चस्व आहे, तिथे निवडून आलेल्या महिलांमध्ये इतर मागासवर्गीय महिलांचे अधिक प्रमाण आहे, हे बिहार-उत्तर प्रदेशाच्या अनुभवातून दिसते. परंतु, मुळातच निवडून येणाऱ्या स्त्रियांची संख्या कमी आहे, ती वाढवण्यासाठी हे विधेयक आहे. जातीय ध्रुवीकरणाच्या आधारावर राजकारण खेळणाऱ्या पक्षांना या मुद्याआड लपून मूळ भूमिकेला फाटा देणे सोयीचे आहे. भाजपचा दुटप्पीपणा सर्वज्ञात आहे. शिवसेनेने अलीकडे मुंबई महापालिकेत महिला आरक्षणविरोधी ठराव केला. डावे पक्ष - त्यांची संख्या मर्यादित आहे. राजकीय आरक्षणांमुळे महिलांचे सर्व प्रश्न सुटतील, असा कोणाचाच दावा नाही; परंतु स्त्रियांच्या समान हक्कांच्या लढ्यातील ते एक महत्त्वाचे आणि ऐतिहासिक पाऊल आहे. अशा परिस्थितीत जनमताच्या दबावाखाली हे विधेयक मंजूर करून घेण्याखेरीज भारतीय स्त्रियांना पर्याय उरलेला नाही. या मुद्याबाबत महाराष्ट्र विधानसभेतील महिलांनी ठामपणे भूमिका घेतलेली नाही.

१९६२ ते १९७० पर्यंत महिलांच्या प्रश्नांवर महिला आमदारांनी चर्चा केली नाही. महिला आमदार ह्या पुरुष आमदार व पक्ष यांच्या मताप्रमाणे काम करत होत्या, असे मत झाडबुके प्रभा यांचे आहे. मात्र रूपरेखा ढोरे यांच्या मते, १९७० नंतर महिलांच्या प्रश्नांची चर्चा केली गेली. एवढा फरक पडलेला दिसतो. १९९५ नंतर प्रत्येक पक्ष महिलांची आघाडी स्थापन करून महिलांना राजकीयदृष्ट्या कृतिप्रवण करताना दिसतो. त्यामुळे महिला राजकारणाच्या क्षेत्रात बहुसंख्येने आलेल्या दिसतात.

संदर्भ

१. वेबसाईट www.eci.gov.in.
२. चव्हाण वैशाली, 'महिलांचा सत्तेतील वाटा', अप्रकाशित लेख.
३. पवार प्रकाश, 'महिलांचे हिंदुत्व, सत्याग्रही, दिवाळी अंक, २०००.
४. पवार प्रकाश, 'महिलांचे हिंदुत्व, सत्याग्रही, दिवाळी अंक, २०००.

८

महाराष्ट्रातील राजकीय सत्तासंघर्षात महिलांची भूमिका

प्रस्तावना :

महाराष्ट्र विधानसभा पातळीवरील राजकीय सत्ता महिला व पुरुष यांच्यामध्ये विषम पद्धतीने विभागली गेली. १९६२ ते २००९ या कालखंडामध्ये महाराष्ट्र विधानसभेमध्ये एकूण ३१०८ आमदार निवडून आले आहेत. त्यांपैकी २९९१ पुरुष आमदार निवडून आले आहेत. ११७ महिला आमदार निवडून आल्या आहेत. ३१०८ सदस्यांपैकी ८२३ आमदारांना राजकीय सत्तेमध्ये वाटा मिळाला. याचाच अर्थ १९६२ ते २००९ या कालखंडात महाराष्ट्र विधानसभेमध्ये निवडून आलेल्या सदस्यांपैकी २६.४८ टक्के सदस्यांनाच राजकीय सत्तेमध्ये वाटा मिळाला. कॅबिनेट मंत्री, राज्यमंत्री, उपमंत्री या पद्धतीने राजकीय सत्तेची विभागणी झाली. आत्तापर्यंत एकूण ४७० कॅबिनेट मंत्री झाले. त्यांपैकी ४५१ (९५.९५ टक्के) पुरुष आमदारांना कॅबिनेट मंत्रीपद मिळाले आहे व १९ (४.०४ टक्के) महिला आमदारांना कॅबिनेट मंत्रीपद मिळाले आहे.

एकूण ३०५ आमदार राज्यमंत्री झाले आहेत. त्यांपैकी २८२ (९२.४५ टक्के) पुरुष आमदारांना राज्यमंत्रीपद मिळाले आहे, तर २३ (७.५४ टक्के) महिला आमदारांना राज्यमंत्रीपद मिळाले आहे. तसेच एकूण ४८ आमदारांना उपमंत्रीपद मिळाले आहे. त्यांपैकी ४६ (९५.८३ टक्के) पुरुष आमदारांना व केवळ ०२ (४.१६ टक्के) महिला आमदारांना उपमंत्रीपद मिळाले आहे.

महाराष्ट्र विधानसभा पातळीवरील राजकीय सत्ता ९४.६५ टक्के पुरुष आमदारांकडे आहे, तर महिलांकडे केवळ ५.३४ टक्के एवढीच राजकीय सत्ता हातात मिळाली आहे (पहा तक्ता क्र. ८.१).

तक्ता क्र. ८.१
महाराष्ट्र महिला आमदारांचे राजकीय सत्तेनुसार वर्गीकरण (१९६२–२००९)

अ.क्र.	मंत्रीपद	महिला	पुरुष	एकूण
१	कॅबिनेट मंत्री	१९	४५१	४७०
२	राज्यमंत्री	२३	२८२	३०५
३	उपमंत्री	०२	४६	४८
	एकूण	४४	७७९	८२३

साठ व सत्तर या दशकांत सत्ताधारी महिलांच्या भूमिका :

साठ व सत्तरीच्या दशकात महिला सत्तेत होत्या, त्या एकाच गटाच्या नव्हत्या. चव्हाण गटाची केवळ एक महिला सत्तेत होती. निष्ठावंत गटाच्या तीन महिला सत्तेत होत्या. जनता पक्षाच्या दोन महिला सत्तेत होत्या. एकूण तीन वेगवेगळ्या गटांच्या व पक्षांच्या महिला सत्तेत होत्या. या महिला चव्हाण गट, निष्ठावंत गट आणि जनता पक्ष यांचे प्रतिनिधित्व करत होत्या. त्यांनी महिलांचे म्हणून राजकारण केले नाही. त्यामुळे या दोन दशकांतील महिलांचे सत्ताकारण हे पक्षाचे हितसंबंध आणि गटांचे समर्थन करणारे राजकारण होते. निष्ठावंत गट इंदिरा गांधी यांचे समर्थन करणारा होता. त्यामुळे निष्ठावंत गटाचे राजकारण इंदिरा गांधीनिष्ठ स्वरूपाचे होते.

चव्हाण गटाच्या समर्थक मंत्री :

निर्मलाराजे विजयसिंह भोसले या चव्हाण गटाच्या म्हणून परिचित होत्या. यशवंतराव चव्हाण यांचे मंत्रिमंडळ १ मे १९६० रोजी स्थापन झाले. त्या मंत्रिमंडळात अक्कलकोटच्या निर्मलाराजे विजयसिंह भोसले यांचा शिक्षणमंत्री म्हणून समावेश केला गेला. निर्मलाराजे विजयसिंह भोसले या राजेघराण्यातील होत्या. शिवाय त्यांना यशवंतराव चव्हाण गटाचा पाठिंबा होता. चव्हाण यांच्या मंत्रिमंडळात केवळ एकच महिला मंत्री होत्या. यानंतर निर्मलाराजे विजयसिंह भोसले यांचा मारोतराव कन्नमवार यांच्या मंत्रिमंडळात समावेश केला गेला. मारोतराव कन्नमवार यांच्या मंत्रिमंडळात निर्मलाराजे विजयसिंह भोसले समाजकल्याण खात्याच्या कॅबिनेट मंत्री होत्या. १९६३ मध्ये त्यांना वसंतराव नाईक यांच्या मंत्रिमंडळात स्थान मिळाले. वसंतराव नाईक यांच्या मंत्रिमंडळात निर्मलाराजे विजयसिंह भोसले समाज कल्याण खात्यांच्या कॅबिनेट मंत्री होत्या (१९६३). चव्हाण गट आणि निष्ठावंतांचा गट असा काँग्रेस पक्षात फरक

होण्यास सुरुवात १९६७ मध्ये झाली. त्यामुळे निर्मलाराजे विजयसिंह भोसले राजकारणातून बाहेर गेल्या. त्याऐवजी प्रतिभा पाटील व प्रभा राव यांना सत्तासंघर्षात स्थान मिळत गेले.

निष्ठावंत गटातील महिला :

प्रतिभा पाटील व प्रभा राव या निष्ठावंत गटाच्या होत्या. वसंतराव नाईक यांच्या मंत्रिमंडळात प्रतिभा पाटील राज्यमंत्री होत्या (१९६७ ते १९७२). १९६७ ते १९७२ पर्यंत आरोग्य, पर्यटन, गृहनिर्माण, संसदीय कामकाज या खात्यांच्या राज्यमंत्री पाटील होत्या. वसंतराव नाईक यांच्या मंत्रिमंडळात प्रतिभा पाटील समाजकल्याण व सांस्कृतिक कार्य या खात्यांच्या कॅबिनेट मंत्री होत्या (१९७२ ते १९७५). याच मंत्रिमंडळात प्रभा राव शिक्षण व नियोजन खात्यांच्या राज्यमंत्री होत्या. या महिला निष्ठावंत गटाच्या होत्या. त्यांचे थेट संबंध इंदिरा गांधी यांच्याबरोबर होते. प्रतिभा पाटील व प्रभा राव यांच्याशी जुळवून घेऊन वसंतराव नाईक यांना कारभार करावा लागला होता. म्हणजेच वसंतराव नाईक हे चव्हाण यांच्यापासून जवळजवळ वेगळे झाले होते. २१ फेब्रुवारी १९७५ मध्ये शंकरराव चव्हाण निष्ठावंत गटाचे मुख्यमंत्री झाले. त्यांच्या मंत्रिमंडळात प्रतिभा पाटील व प्रभा राव या मंत्री होत्या. शंकरराव चव्हाण यांच्या मंत्रिमंडळात प्रतिभा पाटील दारूबंदी, पुनर्वसन व सांस्कृतिक कार्य खात्यांच्या कॅबिनेट मंत्री होत्या (१९७५-१९७७). याच मंत्रिमंडळात प्रभा राव शिक्षण, युवककल्याण व क्रीडा खात्यांच्या कॅबिनेट मंत्री होत्या (१९७५-१९७७). १९७७ मध्ये वसंतदादा पाटील यांचे सरकार स्थापन झाले. हे सरकारदेखील निष्ठावंत गटांचे होते. अर्थातच यशवंतराव चव्हाण यांच्यापासून अंतर राखून हे सरकार स्थापन झाले होते. याही मंत्रिमंडळात प्रतिभा पाटील व प्रभा राव या कॅबिनेट मंत्री होत्या. प्रतिभा पाटील यांच्याकडे शिक्षण आणि प्रभा राव यांच्याकडे सहकार व पर्यटन ही खाती होती (१९७७-१९७८). याखेरीज पाटील यांच्या मंत्रिमंडळात सुशिला बलराज या नगरविकास खात्याच्या राज्यमंत्री होत्या. १९६७ ते १९७७ पर्यंत चव्हाण विरोधावर आधारित राजकारण केले गेले. त्या राजकारणात निष्ठावंतगटाच्या प्रतिनिधी म्हणून महिलांकडे सत्ता, अधिकार व प्रतिष्ठा सरकली होती.

विरोधी पक्षनेत्या आणि मंत्री महिला :

१९७८ मध्ये शरद पवार सरकार स्थापन झाले. काँग्रेस हा विरोधी पक्ष होता. विरोधी पक्ष नेतेपद प्रभा राव यांना देण्यात आले (१९७८-१९७९). यानंतर प्रतिभा पाटील यांना विरोधी पक्ष नेतेपद देण्यात आले. प्रतिभा पाटील या १९७९ ते फेब्रुवारी १९८० पर्यंत विरोधीपक्षनेत्या होत्या. शरद पवार सरकारच्या विरोधात प्रतिभा पाटील

व प्रभा राव यांनी कामगिरी केली होती. त्यामुळे दिल्लीमध्ये त्यांचे स्थान उच्च पातळीवरील होते. डॉ. प्रमिला टोपले या विधानपरिषद सदस्या होत्या. त्यांना सार्वजनिक आरोग्य व कुटुंबकल्याण खात्यांच्या मंत्री म्हणून सत्ता शरद पवार मंत्रिमंडळात मिळाली होती. त्या एम.बी.बी.एस शिक्षण घेतलेल्या उच्चशिक्षित होत्या. त्या विदर्भ विभागातील होत्या. पुणे येथील शिवाजीनगर मतदारसंघातून निवडून आलेल्या शांती नारायण नाईक या पवार मंत्रिमंडळात समाजकल्याण व गृहनिर्माण खात्यांच्या राज्यमंत्री होत्या. त्यांनी सप्टेंबर १९७९ मध्ये राजीनामा दिला होता. पवार मंत्रिमंडळातील दोन्ही महिला जनता पक्षाच्या होत्या.

ऐंशीच्या दशकातील निष्ठावंत गटाचे डावपेच आणि महिलांचा सत्तेतील सहभाग:

ऐंशीच्या दशकाच्या आरंभी अंतुले यांचे सरकार सत्तेवर आले. हे सरकार अर्थातच निष्ठावंत गटाचे होते. या सरकारला वसंतदादा पाटील यांचा पाठिंबा नव्हता. या सरकारमध्ये मात्र वसंतदादा पाटील यांच्या पत्नी शालिनीताई पाटील यांचा समावेश केला होता. त्या महसूल व पुनर्वसन खात्याच्या कॅबिनेट मंत्री होत्या (१९८०-१९८२). या मंत्रिमंडळात विधानपरिषदेवरील मुंबई येथील प्रमिलाबेन भानुगकर यांना गलिच्छ वस्ती सुधार व गृहनिर्माण खात्याच्या कॅबिनेट मंत्री म्हणून घेतले होते (१९८०-१९८२). याही मंत्रिमंडळात प्रभा राव या सांस्कृतिक कार्य खात्याच्या कॅबिनेट मंत्री होत्या (१९८०-१९८२). ताराबाई नरसिंह वर्तक यांना सरकारी बांधकाम, वाहतूक, समाजकल्याण, खार जमिनी व फलोद्यान खात्याचे राज्यमंत्रीपद दिले होते.

२१ जानेवारी १९८२ रोजी बाबासाहेब भोसले यांचे सरकार सत्तेवर आले. त्यांच्या मंत्रिमंडळात शरदचंद्रिका शरद पाटील यांच्याकडेही कॅबिनेट मंत्री पद दिले होते. त्यांच्याकडे शिक्षण व रोजगार, तांत्रिक शिक्षण व प्रशिक्षण, क्रीडा व युवक कल्याण ही खाती दिली होती. या मंत्रिमंडळात उपमंत्री म्हणून रजनी सातव यांना सामील केले होते. सार्वजनिक आरोग्य, कुटुंबकल्याण, सांस्कृतिक कार्य, तुरुंग, पर्यटन, तसेच विधी व न्याय ही खाती दिली होती. बाबासाहेब भोसले यांच्या मंत्रिमंडळात केवळ दोनच महिला होत्या. फेब्रुवारी १९८३ मध्ये वसंतदादा पाटील यांचे सरकार स्थापन झाले. पाटील यांच्या मंत्रिमंडळात एकही महिला कॅबिनेट मंत्री नव्हती. मुंबई येथील सेलीन डीसिल्वा ह्या राज्यमंत्री होत्या. त्यांच्याकडे वित्त, नियोजन, समाजकल्याण व पर्यटन ही खाती दिली होती. याच मंत्रिमंडळात हिंगोली येथील रजनी सातव राज्यमंत्री होत्या. त्यांच्याकडे महसूल व पुनवर्सन,सांस्कृतिक कार्य, विधी व न्याय ही खाती दिली होती. जून १९८५ मध्ये शिवाजीराव पाटील निलंगेकर सरकार स्थापन झाले. या मंत्रिमंडळातदेखील महिलांकडे कॅबिनेट मंत्री पद

दिले नव्हते. मागील मंत्रिमंडळातील सेलीन डीसिल्व्हा व रजनी सातव या राज्यमंत्री होत्या. याशिवाय दमयंती देशभ्ररतार या राज्यमंत्री होत्या. देशभ्रतार या नागपूर जिल्ह्यातील होत्या. १९८६ मध्ये शंकरराव चव्हाण सरकार स्थापन झाले. या मंत्रिमंडळातदेखील महिलांकडे कॅबिनेट मंत्री पद दिले नव्हते. चव्हाण मंत्रिमंडळात राज्यमंत्री चंद्रिका केनिया यांना विधी, न्याय, शिक्षण, तंत्रशिक्षण व सेवायोजना ही खाती दिली होती. याशिवाय रजनी सातव या राज्यमंत्री होत्या. ऐंशीच्या दशकाच्या शेवटी २५ जून १९८८ रोजी शरद पवार सरकार स्थापन झाले. शरद पवार मंत्रिमंडळात पवार विरोधी गटातील प्रभा राव या कॅबिनेट मंत्री होत्या. त्यांच्याकडे महसूल व सांस्कृतिक व्यवहार ही खाती दिली होती. पवार मंत्रिमंडळात रजनी सातव व पुष्पाताई हिरे या दोन राज्यमंत्री होत्या. ऐंशीचे दशक हे राजकीय अस्थिरतेचे होते. महाराष्ट्रातील प्रत्येक सरकार अस्थिर होते. शरद पवार वगळून सर्वच मुख्यमंत्री हे निष्ठावंत गटाचे होते. त्यामुळे महिलांकडे कॅबिनेट पातळीवरील सत्ता दिली गेली नाही. वसंतदादा पाटील यांचा गट सांभाळण्यासाठी अंतुले सरकारमध्ये शालिनीताई पाटील यांना कॅबिनेट मंत्रीपद दिले गेले. १९८८ मध्ये शरद पवार मुख्यमंत्री झाल्यानंतर प्रभा राव यांच्याकडे कॅबिनेट मंत्रीपद दिले गेले. या दशकामध्ये घडलेल्या राजकीय घडामोडींवरून असे दिसते की, गटांचा समतोल साधण्यासाठी आणि निष्ठावान गटाचे समर्थन करण्यासाठी तसेच शरद पवार गटावर नियंत्रण ठेवण्यासाठी कॅबिनेट पातळीवरील सत्ता महिलांना दिली गेली. अन्यथा या दशकात कॅबिनेट पातळीवरील सत्ता महिलांना दिली गेली नाही. थोडक्यात सत्तर व ऐंशीच्या दशकाचे सर्वसमानीकरण झाल्याचे एक तत्त्व दिसून येते ते म्हणजे निष्ठावान गटाचा डावपेच म्हणून महिला सत्तेत येत होत्या. निष्ठावान गटाची गरज संपल्यानंतर महिला कॅबिनेट पातळीवरील सत्तेतून बाहेर पडत होत्या.

सत्तांतराचे दशक आणि महिलांचे मंत्रिमंडळातील स्थान :

नव्वदीच्या दशकात दोन वेळा सत्तांतर घडून आले होते. या दशकात पुष्पाताई हिरे, वसुधा देशमुख, शोभाताई फडणवीस, मनीषा निमकर, डॉ. विमल मुंदडा, ॲड. सुलेखा कुंभारे व मीनाक्षी पाटील या महिलांचा मंत्रिमंडळात समावेश केला होता. नव्वदीच्या दशकात प्रारंभी शरद पवार यांचे सरकार स्थापन झाले (मार्च १९९० ते २५ जून १९९१). या मंत्रिमंडळात केवळ पुष्पाताई हिरे कॅबिनेट मंत्री होत्या. त्यांच्याकडे सार्वजनिक आरोग्य, कुटुंबकल्याण, वैद्यकीय शिक्षण व औषधद्रव्ये, सांस्कृतिक कार्ये, दिली होती. यानंतर सुधारकरराव नाईक यांचे सरकार स्थापन झाले (१९९१-१९९३). या मंत्रिमंडळात केवळ पुष्पाताई हिरे कॅबिनेट मंत्री व वसुधा देशमुख या राज्यमंत्री होत्या. पुष्पाताई हिरे यांच्याकडे सार्वजनिक आरोग्य, कुटुंबकल्याण, वैद्यकीय

शिक्षण व औषधद्रव्ये ही खाती दिली होती. वसुधा देशमुख यांच्याकडे नगरविकास, ऊर्जा व परिवहन ही खाती दिली होती. यानंतर १९९५ मध्ये सत्तांतर झाले. मनोहर जोशी यांचे मंत्रिमंडळात स्थापन झाले होते (१५ मार्च १९९५ -३१ जाने १९९९) या मंत्रिमंडळात चंद्रपूर जिल्ह्यातील शोभाताई फडणवीस या अन्न व नागरी पुरवठा, ग्राहक संरक्षण खात्यांच्या एकमेव कॅबिनेट मंत्री होत्या. १ फेब्रुवारी १९९९ रोजी नारायण राणे यांचे मंत्रिमंडळ स्थापन झाले. राणे मंत्रिमंडळाची रचना निवडणुका समोर ठेऊन झाली होती. त्यामुळे या मंत्रिमंडळात दोन महिलांचा समावेश केला होता. राणे मंत्रिमंडळात शोभाताई फडणवीस या रोजगार हमी योजना आणि फलोत्पादन खात्यांच्या कॅबिनेट मंत्री होत्या. मनीषा निमकर वस्त्रोद्योग व पर्यटन खात्यांच्या राज्यमंत्री होत्या. नव्वदीच्या दशकाच्या शेवटी सत्तांतर झाले. दोन्ही काँग्रेस पक्षांच्या आघाडीचे सरकार स्थापन झाले (१८ ऑक्टोबर १९९९-१७ जानेवारी २००३). विलासराव देशमुख यांचे सरकार स्थापन झाले होते (१८ ऑक्टोबर १९९९-१७ जानेवारी २००३). या मंत्रिमंडळात वसुधा देशमुख, डॉ. विमल मुंदडा, ॲड. सुलेखा कुंभारे व मीनाक्षी पाटील या राज्यमंत्री होत्या. या महिला अनुक्रमे काँग्रेस, राष्ट्रवादी काँग्रेस, भारिप व शेकाप या चार पक्षांच्या प्रतिनिधी होत्या. वसुधा देशमुख यांच्याकडे सार्वजनिक बांधकाम (सार्वजनिक उपक्रम वगळून) वित्त व नियोजन ही खाती दिली होती. बीड येथील डॉ.विमल मुंदडा यांच्याकडेदेखील राज्यमंत्री पद दिले होते. त्या महिला व बालकल्याण, विधी व न्याय, भूकंप पुनर्वसन व मदतकार्य या खात्यांच्या मंत्री होत्या. याशिवाय सुलेखा कुंभारे यांच्याकडे पाणीपुरवठा व स्वच्छता हे खाते दिले होते. या दशकात वसुधा देशमुख आणि शोभाताई फडणवीस या विदर्भातील दोन महिलांना बऱ्यापैकी वेळ मिळाला, मात्र इतर महिलांना फार वेळ मिळाला नाही. तसेच पुष्पाताई हिरे व शोभाताई फडणवीस या दोन महिला या दशकात कॅबिनेट मंत्री झाल्या होत्या.

काँग्रेस आघाडी सरकार आणि महिलांचे मंत्रिमंडळातील स्थान :

समकालीन दशकात सुशिलकुमार शिंदे (१८ जाने २००३-३० ऑक्टोबर २००४), विलासराव देशमुख (१ नोव्हेंबर २००४-४ डिसेंबर २००८), अशोक चव्हाण (८ डिसेंबर २००८-१५ ऑक्टोबर २००९ व ७ नोव्हेंबर २००९-९ नोव्हेंबर २०१०) आणि पृथ्वीराज चव्हाण (११ नोव्हेंबर २०११)अशी पाच मंत्रिमंडळे तयार झाली होती. समकालीन दशकात पहिले सरकार सुशिलकुमार शिंदे मंत्रिमंडळ स्थापन झाले होते (१८ जानेवारी २००३-३० ऑक्टोबर २००४). या मंत्रिमंडळात वसुधा देशमुख, डॉ. विमल मुंदडा व ॲड. सुलेखा कुंभारे या राज्यमंत्री होत्या. या महिला अनुक्रमे काँग्रेस, राष्ट्रवादी काँग्रेस व भारिप या तीन पक्षांच्या प्रतिनिधी होत्या. शेकापच्या

मीनाक्षी पाटील यांना मंत्रिमंडळातून वगळण्यात आले होते. वसुधा देशमुख यांच्याकडे सार्वजनिक बांधकाम हे खाते होते. डॉ. विमल मुंदडा या महिला व बालकल्याण, भूकंप पुनर्वसन, सामाजिक कार्य व नागरी कमाल जमीन धारणा कायदा या खात्यांच्या राज्यमंत्री होत्या; तर ॲड. सुलेखा कुंभारे यांच्याकडे पाणीपुरवठा व स्वच्छता ही खाती होती. २००४ मध्ये निवडणुका झाल्या. त्यानंतर शिंदेंच्या जागी विलासराव देशमुख यांचे सरकार स्थापन झाले होते (१ नोव्हेंबर २००४). या मंत्रिमंडळात केवळ डॉ. विमल मुंदडा सार्वजनिक आरोग्य व कुटुंबकल्याण या खात्यांच्या कॅबिनेट मंत्री होत्या. यानंतर अशोक चव्हाण यांचे मंत्रिमंडळ तयार झाले (८ डिसेंबर २००८-१५ ऑक्टोबर २००९). या मंत्रिमंडळातदेखील डॉ.विमल मुंदडा सार्वजनिक कार्य या खात्याच्या मंत्री होत्या. याशिवाय चव्हाण यांच्या मंत्रिमंडळात वर्षा गायकवाड आणि फौजिया खान याही होत्या. पृथ्वीराज चव्हाण यांच्या मंत्रिमंडळात वर्षा गायकवाड आणि फौजिया खान काम करत आहेत (११ नोव्हेंबर २०११). महिला आणि बाल कल्याण हे खाते वर्षा गायकवाड यांच्याकडे आहे. त्या खात्याचा दर्जा कॅबिनेट स्वरूपाचा आहे, तर फौजिया खान या राज्यमंत्री आहेत. सामान्य प्रशासन, माहिती व जनसंपर्क, सांस्कृतिक कार्य, राजशिष्टाचार, शालेय शिक्षण माहिती, महिला व बालकल्याण, सार्वजनिक आरोग्य व कुटुंब, अल्पसंख्याक विकास ही खाती त्यांच्याकडे आहेत.

गेल्या साठ वर्षांत महिलांना मंत्रिमंडळात मिळालेल्या खात्यांच्या संदर्भातील मोठे व सर्वसाधारण नियम पुढीलप्रमाणे दिसतात. **एक**–एक किंवा दोन कॅबिनेट खाती महिलांकडे दिली गेली, किंवा तीन-चार राज्यमंत्री खाती महिलांकडे दिली गेली. यापेक्षा जास्त खाती दिली गेली नाहीत. या आधारे असे म्हणता येते की विधिमंडळातील सत्तेवर पुरुषांचे नियंत्रण होते. विधिमंडळातील सत्तेचेस्वरूप पुरुष वर्चस्वाचे गेल्या साठ वर्षांत राहिले आहे. या चित्रात फरक पडत नाही, असेही दिसते. **दोन**–ज्या महिलांचा सत्तेत सहभाग होता; त्यांपैकी प्रतिभा पाटील व प्रभा राव यांना एक दशकापेक्षा जास्त कालावधी मिळाला. रजनी सातव, पुष्पाताई हिरे, शोभाताई फडणवीस, वसुधा देशमुख, डॉ. विमल मुंदडा यांना केवळ एक दशकापुरता मर्यादितकाळ मिळत गेला. या महीलांच्या खात्यांचा कारभार प्रभावी ठरला होता. प्रतिभा पाटील व प्रभा राव या दोघीना विरोधीपक्षनेते पदापर्यंत जाता आले. मात्र त्यांना राज्यात यापेक्षा वरचे सत्तास्थान पक्षाने दिले नाही. त्यांना राज्याच्या बाहेर राष्ट्रीय पातळीवरून राज्यपाल आणि राष्ट्रपती अशी प्रशासकीय पदे दिली गेली. राज्याच्या राजकारणाबाहेर त्यांना रहावे लागले. **तीन**–साठ वर्षांत महिलांचा सत्तेतील

सहभाग हा पक्ष किंवा गट यांनी निश्चित केलेला होता. महिलांनी प्रभाव निर्माण केला, त्यांना राजकारणातून बाहेर काढणे शक्य झाले नाही, असे चित्र गेल्या साठ वर्षांत उभे राहिले नाही. यांचे कारण म्हणजे या महिलांचा चळवळीशी फारसा संबंध नव्हता. राज्यसंस्थेच्या सहकार चळवळीत मात्र सहभाग होता. शोभाताई फडणवीस यांचा हिंदुत्व चळवळीत सहभाग होता. मात्र, शोभाताई फडणवीस यांचा पक्ष फार विस्तार करू शकला नाही. त्यामुळे शोभाताई फडणवीस यांना राज्यावर प्रभाव पाडता येणे शक्यच नव्हते. या चळवळीतील सहभाग वरवरचा असल्याने आणि चळवळ नसल्यामुळे महिलांचे राजकारण पोकळ राहिले. **चार**–महिलांकडे संपत्तीचा फार अधिकार नव्हता. सत्ता, संपत्ती आणि अधिकार यांचा एकत्र संबंध असतो. यामुळे राजकीय प्रभाव निर्माण करण्यास त्यांच्याकडे साधनसामग्री अपुरी ठरली आहे. एकूणच राज्यसंस्थेने कायदे करून जेवढी संपत्ती महिलांना दिली, त्यापेक्षाही कमी संपत्ती त्यांच्या वाट्याला आली. हिंदू वारसा हक्क कायद्याने महिलांना संपत्तीचा अधिकार दिला (१९५६). विवाहित स्त्रियांच्या संपत्तीचा कायदा (१९५९) व सातबारावर सहहिस्सेदार म्हणून पत्नीची नोंद (१५ सप्टेंबर १९९२) यातून महिलांना राजकारण करण्यासाठीची साधनसामग्री मिळाली नाही. हा अधिकार मिळवण्याचा संघर्ष त्यांच्या व्यक्तिगत जीवनात उभा राहिला. त्यामुळे विवाहोत्तर संपत्ती, स्थावर जंगम मालमत्ता, शेती, जमीन, व्यवसाय, भविष्य निर्वाह निधी, ग्रॅच्युइटी, खरेदी–विक्री या संदर्भात अधिकार देण्याची चर्चा २०१२ मध्ये होत आहे. खरेदी–विक्रीमध्ये महिलांची संमती नसेल, तर तो व्यवहार बेकायदेशीर समजावा, असे मुद्दे अलीकडे आले आहेत. या सर्व संपत्तीच्या अधिकाराचा वापर राजकारण करण्यासाठी झाला नाही. त्यामुळे महिलांकडे सत्तास्थाने सरकली नाहीत.

संदर्भ

१. महाराष्ट्र शासन १९६२, १९६७, १९७२, १९७८, १९८०, १९८५, १९९०, १९९५, १९९९, २००४ विधानसभा व विधानपरिषद सदस्यांचा परिचय, मुंबई.
२. महाराष्ट्र विधानमंडळ, १९९६, महाराष्ट्र विधानपरिषद सदस्यांची यादी, मुंबई.
३. महाराष्ट्र शासन १९९८, शिवशाहीची चार वर्षं, मुंबई, माहिती व जनसंपर्क संचालनालय.
४. महाराष्ट्र : मानव विकास अहवाल : २००२ मुंबई, महाराष्ट्र राज्य.
५. महाराष्ट्र : राज्य निवडणूक आयोग, रिपोर्ट १९९४–२००३, २००४, मुंबई,

महाराष्ट्र शासन.

६. महाराष्ट्र शासन : महिला धोरण, २००१, (Maharashtra.Gov.in) या वेबसाईटवरून महिला धोरण मिळविले आहे).

७. फडके य. दि., विसाव्या शतकातील महाराष्ट्र, खंड पहिला, श्रीविद्या प्रकाशन, पुणे, एप्रिल १९८९

८. फडके य. दि., विसाव्या शतकातील महाराष्ट्र, खंड दुसरा, श्रीविद्या प्रकाशन, पुणे, एप्रिल १९८९

९. फडके य. दि., विसाव्या शतकातील महाराष्ट्र, खंड तिसरा, श्रीविद्या प्रकाशन, पुणे, एप्रिल १९९१

१०. फडके य. दि., विसाव्या शतकातील महाराष्ट्र, खंड चौथा, श्रीविद्या प्रकाशन, पुणे, एप्रिल १९९३

११. फडके य. दि., विसाव्या शतकातील महाराष्ट्र, खंड पाचवा, श्रीविद्या प्रकाशन, पुणे, एप्रिल १९९७

१२. फडके य. दि., १९९९, 'लोकसभा निवडणुका १९५२ ते १९९९' अक्षर प्रकाशन ४२, मुंबई ६२

१३. वेबसाईट : निवडणूक आयोगाची- www.eci.gov.in.

९

राजकीय समावेशनाची प्रारुपे

प्रस्तावना :

    भारतात आंग्लाई स्थापन झाल्यापासून महिलांच्या राजकीय समावेशनाची चर्चा भारतीय समाजात सुरू झाली. काँग्रेस पक्षामध्ये महिलांच्या राजकीय समावेशनाबाबत विरोध करणारा आणि समर्थन करणारा असे दोन प्रकार होते. काँग्रेस पक्षाच्या बाहेर महिलामुक्तीचा विचार संघटित स्वरूपात होता. त्यांचे नेतृत्व ताराबाई शिंदे यांनी केले. भारत स्वतंत्र झाल्यानंतर गोवामुक्ती, संयुक्त महाराष्ट्र आंदोलन अशा चळवळीत महिलांचा राजकीय सहभाग होता. मात्र, उदारमतवादी राजकीय संस्थांमध्ये त्यांना जवळजवळ वगळण्यात आले होते(Exclusion). भारत स्वतंत्र झाल्यानंतर चार दशके उदारमतवादी राजकीय संस्थामध्ये राजकीय समावेशनाचा प्रयोग राबिवला गेला नाही. पाचव्या दशकात म्हणजेच नव्वदीच्या दशकात स्थानिक शासन संस्थांमध्ये राजकीय समावेशनाचा प्रयोग केला गेला.

    भारतात १८१८ मध्ये आंग्लाई प्रस्थापित झाली. यानंतर भारताच्या इतिहासात आधुनिक युगाला व भारतीय स्वातंत्र्यचळवळीस सुरुवात झाली. १८१८ ते १९४७ हा कालखंड भारतीय स्वातंत्र्यचळवळीचा आहे. या भारतीय स्वातंत्र्यचळवळीवर विपुल लेखन झाले आहे. ताराचंद, पट्टाभि सीतारामैया, आर. सी. मुजुमदार, सुमित सरकार, बिपिन चंद्र, रोमिला थापर यांसारख्या प्रमुख इतिहासकारांनी भारतीय स्वातंत्र्यचळवळीचा इतिहास लिहिला आहे. भारतीय स्वातंत्र्य चळवळीच्या इतिहासात महिलांवर लेखन फारच कमी झाले आहे. भारतीय स्त्रीची प्रतिमा आदर्शवादी अभ्यासपद्धतीप्रमाणे लिहीली आहे. महिलांच्या भारतीय स्वातंत्र्यचळवळीतील भूमिकेची वस्तुनिष्ठ मांडणी झाली नाही. साहजिकच वस्तुनिष्ठ मांडणी केलेली नसल्यामुळे भारतीय स्वातंत्र्य-चळवळीतील महिलांच्या भूमिकांचे परीक्षण तर दूरचीच बाब झाली. केवळ अल्पकाळातील उद्देश साध्य करण्यासाठी गौरवशाली पद्धतीने लेखन केले आहे,

अशी टिप्पणी उमा चक्रवर्ती व कुमकुम रॉय यांनी केली आहे(पवार प्रकाश, २००२).

भारतीय स्वातंत्र्यचळवळीला आर्थिक, राजकीय, शैक्षणिक, सांस्कृतिक अशी विविध परिमाणे आहेत. यांपैकी महिला परिप्रेक्ष्यात भारतीय स्वातंत्र्यचळवळीची मांडणी केली जावी. हा एक दृष्टिकोन आहे. महिला परिप्रेक्ष्यात महिलांच्या भूमिकेची मांडणी केली, तर भारतीय स्वातंत्र्यचळवळीतील महिलांच्या विविध भूमिका अधिक स्पष्ट होतात. एकोणिसाव्या शतकात भारतीय स्वातंत्र्यचळवळीतील महिलांची वैचारिक भूमिका स्पष्ट झाली होती. या शतकात युरोपातील महिला स्त्रियांचे हक्क व कर्तव्य हे मुद्दे घेऊन संघटित होत होत्या. त्याचा परिणाम भारतीय स्वातंत्र्यचळवळीतील महिलांच्या भूमिकेवर झाला. स्त्री-शिक्षण, बालविवाह, जरठविवाह, सती पद्धती, घटस्फोट असे विविध प्रश्न महिलांनी हाती घेत भारतीय स्वातंत्र्य चळवळीत भाग घेतला(फडके य.दि.१९८९, ३६,३७,३९). तसेच समाजसुधारकांनी महिलांचा राजकारणात समावेश केला.

महात्मा फुले उदारमतवादाची सीमारेषा पार करून पुढे गेले. त्यांनी भारतीय स्वातंत्र्यचळवळीत स्वातंत्र्य कोणासाठी, असा प्रश्न मांडला. महात्मा फुले यांनी राष्ट्रीय कॉंग्रेस व ब्रिटिश सरकार यांसमोर शेतकरी, कामगार, महिला व शूद्र अतिशूद्र यांच्या स्वातंत्र्याचा विचार मांडला. यामुळे भारतीय स्वातंत्र्यचळवळीला व्यापक आशय प्राप्त झाला(गेल ऑमव्हेट, १९९०). त्याचा परिणाम महिलांच्या भूमिकेवर झाला. महात्मा फुलेची विद्यार्थिनी मुक्ताबाईने 'मांग-महाराच्या दु:खाविषयी निबंध' लिहिला. सावित्रीबाई फुले यांनी 'काव्यफुले' (१८५४) व 'बावनकशी सुबोध रत्नाकर' (१८९२) हे दोन कवितासंग्रह लिहून सामाजिक जाणीवा स्पष्ट केल्या (भागवत विद्युत, २००४ :१२, २३, ५३). एकोणिसाव्या शतकात मुंबई शहरात कामगारवर्ग उदयाला आला. कामगारवर्गात स्त्रियादेखील होत्या. कापड गिरण्यात काम करणाऱ्या महिलांचे प्रमाण १८८४ मध्ये २२.२ टक्के होते. जेकब मिलमधील ४०० मजूर महिलांनी आंदोलन केले होते. या लढाऊ कष्टकरी महिलांनी भांडवलदारी समाजरचनेविरोधी मुक्तीचा लढा भारतात दिला. ब्रिटिश शासन भांडवलदारांची बाजू घेऊन मुंबई शहरात कारखानदारी वाढवत होते. कमी वेतनात जास्त काम करून घेण्यासाठी महिलांचा वर्गही त्यांना हवा होता. याविरोधी महिलांचा लढा हा भारतीय स्वातंत्रचळवळीतील एक महत्त्वाचा लढा आहे. हा लढा वर्गीय पातळीवर लढविला गेला. १९ व्या शतकात देशामध्ये ब्रिटिश राजवटीविरोधी बंडे झाली. खानदेशातील भिल्ल, मध्य प्रांतातील गौंड, तसेच रामोशी, कोळी, मांग वगैरे जातीच्या लोकांनीदेखील ब्रिटिशांचा प्रतिकार केला (फडके य.दि. १९८९ : २०-२२). खानदेशातील भिल्लांचा प्रतिकार

मोडून काढण्यासाठी कर्नल जॉन ब्रिग्जला बराच काळ प्रयत्न करावे लागले. याचे कारण आदिवासी जात्याच स्वातंत्र्यप्रिय होते. पुणे जिल्ह्यातील रामोशी लोकांनीदेखील बंडे केली. यामध्ये पुरुषांइतकाच महिलांचा सहभाग होता. तसेच ब्रिटिश शासनाने उमाजीराव नाईकाला पकडण्यासाठी त्यांची बहीण जिजाईचा वापर केला होता(फडके य.दि. १९८९ : २०-२२).

राष्ट्रीय काँग्रेसची स्थापना झाल्यापासून (१८८५) राष्ट्रीय अधिवेशनात महिलांनी सहभाग घेतला. राष्ट्रीय काँग्रेसच्या व्यासपीठावर राष्ट्रीय स्वातंत्र्य मिळविण्यासाठी महिला राजकारणात प्रवेश करत होत्या. १९ व्या शतकातील काँग्रेसमध्ये केवळ शोभा वाढविण्यापलीकडे अन्य काम महिलांनी केले नव्हते, अशी टिप्पणी य. दि. फडके करतात (फडके य.दि. १९८९ : ८९). १८८९ च्या मुंबई काँग्रेसमध्ये १० स्त्रिया प्रतिनिधी म्हणून सहभागी झाल्या. त्यांच्यामध्ये पंडिता रमाबाई, शेवंताबाई त्रिंबक, श्रीमती निकंबे या तिघी ख्रिस्ती व इतर चार हिंदू होत्या. न्या. रानड्यांसारख्या सुधारकालाही स्त्रियांनी इतक्यातच राजकारणात भाग घेऊ नये, असे वाटत होते. यामुळे रमाबाई रानडे यांनी काँग्रेसमध्ये भाग घेतला नाही (फडके य.दि. १९८९ : ८९). १८९० मध्ये स्त्रियांनी अधिवेशनाला हजर रहावे परंतु ठराव मांडू नये, असे पुरुषांना वाटत होते. १८९५ च्या पुण्याच्या काँग्रेस अधिवेशनात कुमारी कृष्णाबाई केळकर यांनी भाग घेतला. १८९७ पासून सामाजिक परिषद भरत होती. या परिषदेला रमाबाई रानडे व काही स्त्रिया उपस्थित राहात होत्या. परंतु न्या. रानडे यांच्या निधनानंतर १९०४ साली रमाबाई रानडे यांनी पुढाकार घेऊन भारतीय महिला परिषद स्थापन केली (फडके य.दि. १९८९ : ८९). मात्र काँग्रेसमध्ये स्त्रियांचा सहभाग गांधीयुगातच वाढला.

स्वातंत्र्यचळवळीचे नेतृत्व करताना महिलांनी घर व अंगण या कार्यक्षेत्रांच्या बाहेर पडून संघटन, कॅप्टन, संदेशवहन यांसारख्या क्षेत्रातील नेतृत्व केले. लोकमान्य टिळकांच्या नेतृत्वाखाली (काँग्रेसने) ॲनी बेझंटने 'होमरूल लीगची' चळवळ वाढविली. या चळवळीत महिलांचा सहभाग वाढला होता. २६ मार्च १९१८ मधील होमरूल लीगच्या नागपूर शाखेच्या ५६६२ सभासदांपैकी १६७ महिला सभासद होत्या (पवार प्रकाश). यावरून महिलांची राजकीय भूमिका गतिमान होत होती, असे दिसते. परंतु राष्ट्रीय स्वातंत्र्य व सामाजिक सुधारणा यांमध्ये पेचप्रसंग उभे राहिले. टिळकांनी व त्यांच्या अनुयायांनी स्वातंत्र्याला प्रथम क्रमांक दिला. यामुळे महिलांचा सहभाग टिळकांच्या कालखंडात शहरी भागाच्या बाहेर गेला नाही.

महात्मा गांधींनी महिलांना सार्वजनिक जीवनात गतिमान केले. त्यांच्यामध्ये

आत्मविश्वास जागृत केला. यामुळे भारतातील सर्व स्तरांतून अनेक स्त्रिया असहकारिता व सविनय कायदेभंग या राष्ट्रीय चळवळींमध्ये सहभागी झाल्या होत्या. सुरुवातीला अवंतिकाबाई गोखले, आनंदीबाई वैशंपायन, अनुसयाबेन साराभाई या महिलांनी महात्मा गांधी यांच्या नेतृत्वाखाली महिलांचे संघटन केले. खादी ग्रामोद्योग, हिंदी प्रसार, हरिजनोद्धार, नई तालीम इत्यादी कार्यक्रमांमध्ये स्त्रियांनी पुरुषांच्या बरोबरीने सहभाग घेतला. समतेच्या पायावर सहभागी व्हावे, असा गांधीजींचा आग्रह होता. महाराष्ट्रातील अवंतिका गोखले, प्रेमा कंटक, आनंदीबाई गाडगीळ, सुमनताई गोरे यांनी सहभाग घेतला (जैन प्रतिभा, संगीता शर्मा, १९९८).

महिलांनी नेतृत्व व निर्णयनिश्चितीमध्ये सहभागाची मागणी गांधींकडे केली होती. उदा. १९३१-३२ च्या सविनय कायदेभंगाचे नेतृत्व महिलांकडे दिले नाही, म्हणून कमलादेवी चट्टोपाध्याय यांनी जम्बूसर (सुरत) येथे जाऊन गांधीकडे नेतृत्वाची मागणी केली. या प्रकारचा आग्रह दुर्गाबाई देशमुख व खुरशीदा बेन नौरोजी यांनी धरला होता. महात्मा गांधी व पंडित जवाहरलाल नेहरू यांनी महिलांना नेतृत्व व निर्णय निश्चितीमध्ये सहभागाची संधी दिली होती, मात्र इतर नेत्यांना गांधी-नेहरूंची ही भूमिका मान्य नव्हती. प्रांतिक व जिल्हा पातळीवर या भूमिकेला विरोध झाला. गांधी मात्र त्यांच्या निर्णयावर ठाम होते. सरोजिनी नायडू यांनी स्त्री व पुरुष नेतृत्व, बलिदान व कार्य बरोबरीने करतील, असे जाहीर केले होते. यामुळे भारतीय स्वातंत्र्यलढ्यात पुरुष व स्त्रियांची भूमिका बरोबरीची असावी, असे गांधी-नेहरू व महिलांचे मत होते, तर स्थानिक पातळीवरील नेत्यांनी हा विचार स्वीकारलेला नाही (पवार प्रकाश). अर्थातच स्वातंत्र्यचळवळीत महिलांचे राजकारण सुरू होण्याची प्रक्रिया सुरू झाली होती. महिलांनी निर्णयनिश्चितीचे राजकारण करण्याची अपेक्षा व्यक्त केली होती. मात्र काँग्रेस पक्षाचे स्थानिक नेतृत्व महिलांनी राजकारण करण्याच्या विरोधातील होते. त्यामुळे महिलांचे राजकारण घडले नाही. स्वातंत्र्यचळवळीत स्त्रियांना समान स्थान देण्याच्या विरोधात पुरुष होते. तेव्हा महात्मा गांधींनी रचनात्मक कार्य, अर्थ व स्थान (१९४०) या लेखात महिलांच्या राजकीय सहभागाचा विचार मांडला आहे. त्यांच्या मते, रचनात्मक कार्यक्रमांतून महिलांना सेवाकार्यात सामील करून घेता येते. सत्याग्रहाच्या मार्गाने स्त्रियांना अंधकारातून बाहेर काढले. इतक्या कमी वेळात हे काम शक्य नसते, ते सेवाकार्य व सत्याग्रहाच्या मार्गाने शक्य झाले, असे गांधी यांचे मत आहे (पवार प्रकाश). १९२१ मध्ये गांधींच्या मार्गदर्शनाखाली राष्ट्र सेवा दल स्थापन करण्यात आले. या दलांतर्गत महिला सेवा दल स्थापन करण्यात आले. या संघटनेतील महिलांनी मुंबई शहरात पिकेटींगमध्ये भाग घेतला होता.

स्वदेशीच्या वापरासाठी चरखा चालविणे, त्याचबरोबर विदेशी वस्तूंवर बहिष्कार घालणे या कामांमध्ये महिला सक्रिय सहभागी होत्या. महिला सेवा दलाच्या प्रभावामुळे राष्ट्रीय काँग्रेसला दखल घ्यावी लागली. परंतु महिलांचे स्वतंत्रपणे दल स्थापन करून त्यांचे स्वतंत्रपणे स्थान स्पष्ट करावे, असे गोपीबेन यांचे वेगळे मत होते (पवार प्रकाश).

काँग्रेसने १९३१ पासून पुढे महिलांचे स्वतंत्रपणे संघटन सुरू केले. प्रत्येक जिल्हा पातळीवरील महिलांना या उद्देशाने निमंत्रित केले होते. परंतु निर्णयनिश्चिती करणाऱ्या संस्थांपासून त्यांना वेगळे ठेवले होते. या काँग्रेसच्या धोरणाची समीक्षा करताना सरलादेवी चौधरी यांनी टिप्पणी करताना म्हटले आहे की, कायदा मोडण्यासाठी महिलांचा वापर केला गेला, परंतु कायदा तयार करण्यासाठी महिलांना संधी दिली नाही. समिती व कायदेमंडळात एकाही महिलेला प्रतिनिधित्व दिले नाही. कमलादेवी चट्टोपाध्याय यांना देखील प्रतिनिधित्व दिले नाही. या भूमिकेवर महिलांनी त्या वेळी टीका केली. म्हणजेच भारतीय स्वातंत्र्य लढ्याचे नेतृत्व महिलांकडे खेचून आणण्यासाठी महिलांनी विद्रोहाची भूमिकादेखील घेतलेली दिसते (पवार प्रकाश). महिला राष्ट्र सेवा दलाने सतत काँग्रेस कार्यकारिणीबरोबर संघर्षाची भूमिका घेत निर्णयप्रक्रियेत स्थान मिळविले. उमाबाई हर्डीकर यांनी हिंदुस्थान सेवा संघ स्थापन केला. या संघाने स्त्री-कार्यकर्त्यांना शारीरिक व मानसिक प्रशिक्षण दिले. सेवा दलाचा भारतीय स्वातंत्रलढ्यात महत्वाचा वाटा होता. महिला सेवा दल काँग्रेस कार्यकारिणीला संलग्न असेल, परंतु काँग्रेस कार्यकारिणीच्या नियंत्रणाखाली नसेल, असे कमलादेवी चट्टोपाध्याय यांचे मत होते. यांनी नेहरू व सरदार वल्लभभाई पटेल यांच्याबरोबर चर्चा करून महिला सेवा दल ही संघटना काँग्रेसच्या हस्तक्षेपापासून दूर ठेवली (पवार प्रकाश). यावरून हे स्पष्ट होते की, महिलांनी भारतीय स्वातंत्र्यसंग्रामामध्ये आपली वेगळी ओळख ठेवली होती. महिलांबरोबर चर्चा केल्याशिवाय काँग्रेस निर्णय घेत नव्हती. महिलांना निर्णय घेताना विचारले नाही, तर ते निर्णय महिला मान्य करत नसत. महिलांनी एकाच वेळी सतत एका बाजूला काँग्रेसबरोबर, तर दुसऱ्या बाजूला परकीयांविरुद्ध लढा दिलेला दिसतो. काँग्रेस कार्यकारिणीने महिलांना गौण स्थान दिल्यानंतर त्याचा प्रतिकार महिलांनी केला आहे. ही भूमिका महिलांनी भारतीय स्वातंत्रसंग्रामामध्ये जपलेली आहे, असे दिसते.

म. गांधींच्या विचारांचा प्रभाव महाराष्ट्रातील प्रतिसरकारच्या (पत्रीसरकार) चळवळीवरदेखील होता. प्रतिसरकारची चळवळ भारतीय स्वातंत्रसंग्रामाचा एक अविभाज्य भाग होती. यामध्ये ग्रामीण भागातील महिलांनी महत्त्वाचा वाटा उचलला

होता. १९३०-३२ च्या सविनय कायदेभंग चळवळीत शहरी भागातल्या स्त्रिया प्रथमच मोठ्या संख्येने उतरल्या होत्या. साताऱ्यातील भूमिगत चळवळीत भाग घेणाऱ्या स्त्रियांनी शस्त्रे हातात घेऊन धाडस, धैर्य आणि शौर्य याबाबतीत ग्रामीण स्त्री पुरुषांच्या मागे नसल्याचे सिद्ध केले. डॉ. उत्तमराव पाटील यांच्या पत्नी लीलाताई पाटील, बापूसाहेब लाडांच्या पत्नी विजयाताई, नागनाथ नायकवडींच्या मातोश्री लक्ष्मीबाई, गंगाधर चिटणिसांच्या पत्नी, ऐतवडयांच्या राजूताई पाटील ही या पराक्रमी स्त्रियांमधील ठळक नावे म्हणून सांगता येतील. लीलाताई पाटील यांना अंमळनेरच्या जळितांच्या खटल्यात साडेसहा वर्षांच्या कारावासाची शिक्षा ठोठावण्यात आली होती. पती डॉ. उत्तमराव पाटील आणि लहान दीर दशरथ नाना तुरुंगात होते. लीलाताईंच्या सासूबाईंनाही सहा महिन्यांची सजा झाली होती. ठाण्याच्या तुरुंगात असताना एक वर्षभर लीलाताईंचा नाना प्रकारे छळ करण्यात आला. तुरुंगाचे नियम मोडले, असे कारण देऊन त्यांना कधी कांजीरोटीची शिक्षा झाली. याखेरीज त्यांना अंधारकोठडीत एकटेच राहण्याची शिक्षा केली जाई (फडके य.दि., १९८९ : १६८). गांधीवादी चळवळीमध्ये महिलांनी राष्ट्रवादी विचारप्रणाली स्वीकारली होती. राष्ट्रवादी विचारापेक्षा महिलांचे प्रश्न वेगळे आहेत, या मुद्याला मध्यवर्ती स्थान मिळाले नाही.

गांधीवादी चळवळीला समांतर समाजवादी, साम्यवादी चळवळी उदयाला आल्या. आंबेडकरवादी चळवळीचा प्रभावही फार मोठा होता. या चळवळीतील महिलांनी स्वातंत्र्यचळवळीत महत्त्वाची भूमिका घेतली होती. ३१ ऑक्टोबर १९२० मध्ये ऑल इंडिया ट्रेड युनियनचे अधिवेशन भरले. या अधिवेशनात अवंतिकाबाई गोखले, नागूताई जोशी व ॲनी बेझंट यांनी भाग घेतला होता. यावरून असा अर्थ स्पष्ट होतो की, गांधीवादी भूमिकेबरोबर भारतीय स्वातंत्र्यचळवळीत महिलांनी समाजवादी, साम्यवादी, आंबेडकरवादी व हिंदुत्ववादी भूमिकाही घेतल्या होत्या. त्यांच्या विचारप्रणालीत मतभिन्नता होती (पवार प्रकाश). तसेच महिलावादाची बीजेदेखील होती. स्वातंत्र्यचळवळीतील महिलांनी स्त्रीवादाबरोबर राष्ट्रवादाचा पुरस्कार केला होता.

महिला सबलीकरण :

१९७५ साली आंतरराष्ट्रीय स्त्री-वर्ष जाहीर झाले. जागतिक पातळीवर स्त्रीवादाची चर्चा सुरू झाली. उदारमतवादी स्त्रीवाद, समाजवादी स्त्रीवाद, मार्क्सवादी स्त्रीवाद, जहाल स्त्रीवाद, उत्तर आधुनिक स्त्रीवाद असे विचारप्रवाह स्त्रीवादात उदयाला आले (सुमंत यशवंत, १९९९ : २१). यातून महिलांच्या सबलीकरणास गती मिळाली. या विचारांमध्ये महिला सबलीकरणाचा गाभा दिसून येतो. यामुळे स्त्रीवादातील उदारमतवादी

स्त्रीवाद, समाजवादी स्त्रीवाद, मार्क्सवादी स्त्रीवाद, जहाल स्त्रीवाद, उत्तर आधुनिक स्त्रीवाद हे प्रवाह समजून घेणे; म्हणजे महिला सबलीकरणाच्या गाभ्याला भिडणे होय. तितकीच सबलीकरण संकल्पना गुंतागुंतीची आहे. सत्ता संकल्पनेचा संबंध आर्थिक-सामाजिक व मानसशास्त्रीय स्वरूपाचा असतो. बळाच्या भीतीने किंवा आमिषाच्या पोटी व्यक्ती दुसऱ्या व्यक्तीच्या आज्ञांचे आज्ञापालन करतात. यामुळे सत्ता संकल्पना विविध घटकांशी संबंधित रूप धारण करते. याप्रमाणे सबलीकरण संकल्पना आर्थिक-सामाजिक व मानसशास्त्रीय स्वरूपाची असते. सबलीकरणाचा सत्ता, समता, विकास, वाटपात्मक न्याय या संकल्पनांबरोबर संबंध येतो. विषमता, आर्थिक व सामाजिक शोषण व गुलामगिरी यांच्या विरोधातील संघर्ष असतो. सबलीकरण संकल्पना लोकशाही जीवनपद्धतीला आपलेसे करते. बहुजनाच्या लोकशाहीचा अर्थ सबलीकरणात येतो. सबलीकरण संकल्पनेतून लोकशाहीचा विकास होतो(पवार प्रकाश). परंतु यासाठी लोकशाहीतील अभिजनांची लोकशाही नाकारावी लागते. कारण सत्ता, संपत्ती व प्रतिष्ठा नसलेल्या जनसमूहाचे सबलीकरण केले जाते. सबलीकरण विषमतेतून बाहेर काढण्यासाठी आहे. वंचितांना राजकीय हक्क मिळाले पाहिजेत, यांचा आग्रह सबलीकरण संकल्पनेत आहे(पवार प्रकाश). सबलीकरणाचा मानवी हक्कांसाठीचा लढा आहे. समाज विविध स्तरांचा असतो. भारतीय समाजात कुळ, जात, धर्म, वंश, महिला व पुरुष असे विविध स्तर आहेत. या स्तरांत भारतीय समाजाचे उभ्या व आडव्या रेषा यांमध्ये विभाजन झाले आहे. महिला या वर्गाचेदेखील उभ्या व आडव्या रेषांमध्ये विभाजन झाले आहे. यामुळे भारतीय समाजात शोषित व वंचित यांचे विविध स्तर आहेत. भारतीय समाजातील शोषित वंचितांमध्ये जाती व उपजाती यांनुसार वेगवेगळे स्तर आहेत. हे स्तर महिला वर्गात आहेत. ही भारतीय समाजाची सामाजिक वस्तुस्थिती आहे. यामुळे अशा विविध स्तरांतील महिलांना त्यांचे नैसर्गिक हक्क आपल्या जीवनात सर्व क्षेत्रांत वापरता येतील. सुप्त क्षमता प्रत्यक्ष वापरता येतील. असा समाज निर्माण करणे हा सक्षमीकरणाचा अर्थ आहे. सत्ताहीन किंवा शक्तिहीन मानल्या गेलेल्या विचारांना शह देण्यासाठी सबलीकरण ही संकल्पना उदयाला आली आहे. या संकल्पनेची भाषा भारतीय पातळीवरून भाजप व त्यांच्या आघाडीचे सरकार आणि महाराष्ट्रात काँग्रेस पक्षाचे सरकार वापरीत आहे(पवार प्रकाश). या संकल्पनेची भाषा व व्यवहार यांचे संबंध जोडण्याचा प्रयत्न केला जातो.

राजकीय समावेशन (Political Inclusion) **:**

नव्वदीच्या दशकात महिलांचा राजकीय क्षेत्रात समावेश राज्यसंस्थेने पुढाकार घेऊन केला. महाराष्ट्र सरकारने जून १९९३ मध्ये राज्य महिला आयोगाची स्थापना केली. राज्य

महिला आयोगाने पुढाकार घेऊन महिलांच्या विकासासाठी कायद्याच्या व प्रशासनाच्या क्षेत्रात सुधारणा करण्याचा विचार मांडला (संकेत स्थळ : www.eci.gov.in.). जून १९९४ मध्ये महाराष्ट्र राज्याचे महिला धोरण जाहीर केले. सरकारी नोकऱ्यांत, पंचायती व नगरपालिकांत ३० टक्के व पुढे ३३ टक्के जागा राखीव ठेवल्या. महिलांवरील अत्याचारांविरोधी तात्काळ कडक कायदेशीर कार्यवाही करण्यासाठी स्वतंत्र न्यायालयांची स्थापना केली (पवार प्रकाश). या शासकीय निर्णयामुळे महिला सबलीकरण प्रक्रिया गतिमान झाली. यासच महिलांचे राजकीय समावेशन म्हणता येते. स्थानिक संस्थामध्ये २००३ पर्यंत ४५१६ महिलांचे राजकीय समावेशन झाले, असे तक्ता ९.१ वरुन दिसते. पंचायत समितीमध्ये महिलांच्या समावेशनाचे प्रमाण वाढत गेले. १९९९-२००३ दरम्यान १४५३ महिलाचा समावेश केला गेला. १९९७-१९९८ दरम्यान १२३६ महिलांचा समावेश झाला, १९९९-२००३ या दरम्यान १४३४ महिलांचा पंचायत समित्यांमध्ये समावेश झाला. २००४-२००९ दरम्यान २८४२ महिलांचा पंचायत समित्यांमध्ये समावेश झाला (पहा तक्ता ९.१ ते ९.५). यावरुन निष्कर्ष असा निघतो की पंचायत समिती संस्थामध्ये राखीव जागामुळे महिलांच्या राजकीय समावेशनाचे प्रमाण ५० % पर्यंत वाढत गेले. अशाच प्रकारच्या वाढीचे प्रमाण जिल्हा परिषद, महानगर पालिका आणि नगर पालिकामध्ये वाढत गेले, असे तक्ता क्र. ९.१ ते ९.५ वरुन दिसते. सर्वसाधारण, एसी, एसटी आणि ओबीसी अशा चार सामाजिक गटांमधील महिलाचे प्रमाण वाढत गेले आहे, असे वर नोंदविलेल्या तक्त्यावरुन दिसते. यामुळे स्थानिक शासन संस्थाच्या पातळीवर लोकशाहीचा चेहरा महाराष्ट्रात सर्वसमावेशक स्वरुपाचा झाला, असेही दिसते.

तक्ता क्र. ९.१

महिलांचा स्थानिक संस्थांमधील सहभाग (१९९९ - २००३)

स्थानिक संस्था	वर्ष	सर्वसाधारण	एस.सी.	एस.टी.	ओबीसी	एकूण
महानगरपालिका	२००० ते २००३	४०८	७९	२२	१८७	६९३
नगरपालिका	१९९९ ते २००३	९६१	२१८	७४	४९७	१७५०
जिल्हा परिषद	२००२ ते २००३	३०५	८३	९५	१७७	६६०
पंचायत समिती	१९९९ ते २००३	६३७	१९४	२२४	६५८	१४५३
	एकूण	२३११	५७४	४१५	१२१६	४५१६

तक्ता क्र. ९.२

पं.समिती : महिलांचा राजकीय समावेश (१९९७-१९९८)

जिल्हा	सर्वसाधारण	अ.जाती	अ.जमाती	इतर मागास
ठाणे	१५	०	२०	६
रायगड	२२	०	६	९
रत्नागिरी	२९	०	०	१०
सिंधुदुर्ग	२३	०	०	९
नाशिक	१८	२	१५	१२
धुळे	१२	१	२२	८
जळगाव	२८	१	३	१३
अहमदनगर	३०	४	३	१३
पुणे	३१	४	३	१४
सातारा	३१	३	०	११
सांगली	२४	५	०	१२
सोलापूर	२५	८	०	११
कोल्हापूर	२७	५	०	१३
औरंगाबाद	२०	६	१	११
परभणी	२४	२	२	१२
नांदेड	१६	९	५	११
उस्मानाबाद	२०	६	०	१०
लातूर	१९	९	०	१०
अमरावती	१०	११	६	११
अकोला	२२	४	१	१३
बुलढाणा	२२	४	०	१३
यवतमाळ	१५	१	१०	१४
नागपूर	१४	६	६	१३
वर्धा	१३	६	७	९
भंडारा	१९	६	४	१३
चंद्रपूर	११	६	९	१२
गडचिरोली	११	३	१३	६
धुळे	१३	२	११	१०
नंदुरबार	५	१	२४	५
अकोला	२१	३	२	८
वाशिम	१६	६	२	९
एकूण	६०६	१२४	१७५	३३१

तक्ता क्र. ९.३

पं.समिती : महिलांचा राजकीय समावेश (१९९९-२००३)

जिल्हा	सर्वसाधारण	अ.जाती	अ.जमाती	इतर मागास
अमरावती	४	०	०	३
बडनेरा	१८	७	२	९
गोंदिया	१२	५	८	९
ठाणे	१६	०	२६	७
रायगड	३१	१	७	१०
रत्नागिरी	३१	०	०	१०
सिंधुदुर्ग	२३	२	०	१०
नाशिक	१८	२	१९	१३
जळगाव	२७	४	६	१४
अहमदनगर	३१	७	४	१४
पुणे	३२	७	४	१२
सातारा	३२	४	०	१२
सांगली	२७	५	०	१२
सोलापूर	२८	१०	०	११
कोल्हापूर	२९	१०	०	१३
औरंगाबाद	२३	५	४	११
जालना	२४	६	१	९
परभणी	२३	५	०	१०
हिंगोली	१७	५	४	९
बीड	२६	८	०	१०
उस्मानाबाद	२१	७	१	१०
नांदेड	१८	९	६	१५
लातूर	१६	९	१	१३
अमरावती	१२	१२	८	१३
बुलढाणा	२२	६	१	१३
यवतमाळ	१३	५	१३	१४
नागपूर	१२	९	९	१३
वर्धा	११	७	९	९
चंद्रपूर	११	११	११	१२
गडचिरोली	११	४	१७	७
धुळे	१०	४	१३	१०
नंदुरबार	३	५	२८	५
अकोला	१५	८	६	८
वाशिम	१३	७	६	९
एकूण	६६०	१९३	२२३	३५८

तक्ता क्र. ९.४

महिलांचा मनपा.मधील सहभाग (जानेवारी २००४ ते ३१ जानेवारी २००९)

मनपा	सर्व–साधारण	अ.जाती	अ.जमाती	इतर मागास
मुंबई	५१	४	१	२०
ठाणे	२६	२	१	१०
नवी मुंबई	२०	२	०	८
कल्याण–डोबिंवली	२३	२	१	१०
उल्हासनगर	१६	३	०	७
भिवंडी–निजामपूर	१९	०	१	८
मिरा–भाईंदर	१८	१	१	७
नाशिक	१८	५	३	१०
मालेगाव	१६	१	१	६
धुळे	१४	२	१	६
जळगाव	१४	२	१	६
अहमदनगर	१२	३	१	६
पुणे	२८	६	१	१३
पिंपरी–चिंचवड	२०	५	१	९
सांगली–मिरज–कुपवाड	१४	४	०	७
सोलापूर	१८	५	१	९
कोल्हापूर	१६	३	०	७
अहमदनगर	१८	६	०	९
नांदेड–वाघाळा	१५	३	०	७
अमरावती	१४	५	१	७
अकोला	१५	२	१	६
नागपूर	२२	८	४	१२
एकूण	४२७	७४	२१	१९०

तक्ता क्र. ९.५

महिलांचा राजकीय समावेश (२००४ ते २००९)

	जागांची संख्या	स्त्री जागा	सर्वसाधारण	अ.जाती	अ.जमाती	इतर मागास
न.पा.	५०९२	१७५९	९२७	२४३	८५	५१४
जि.प.	१९६१	६६५	३०९	७९	९८	१७९
प.समिती	३९२२	१४२१	६६०	१९२	२१३	३५६
एकूण	१०९७५	३८४५	१८९६	५१४	३९६	१०४९

राजकीय समावेशनाची प्रारूपे :

व्यक्तिस्वातंत्र्यास सर्वोच्च मूल्य मानणारा विचार म्हणजे उदारमतवाद होय. व्यक्तीला जास्तीत जास्त स्वातंत्र्य मिळेल, अशारीतीने समाजाचे संघटन करणे हे उदारमतवादाचे ध्येय असते. सामाजिक, राजकीय व आर्थिक बंधने व्यक्तीवर लादण्यास उदारमतवादाचा विरोध असतो. राज्यसंस्था, धर्मसंस्था, समाजसंस्था यांच्या निरंकुश सत्तेला उदारमतवादाचा विरोध असतो. उदारमतवादी विचारप्रणालीनुसार मनुष्य हा विचारक्षम व विवेकशील जीव असतो. स्त्री ही मनुष्य आहे, त्यामुळे तीदेखील विचारक्षम व विवेकी आहे, हे उदारमतवादाने प्रथम मान्य केले आहे. नैसर्गिक हक्क (Natural Rights) व नागरी स्वातंत्र्य यांची (Civil Liberties) कल्पना उदारमतवादाने मांडली. हा विचार महिला घटकाला देखील मानव म्हणून दिला जावा, हे मत उदारमतवादातून पुढे आले (सुमंत यशवंत, १९९९ : २१).

एकोणिसाव्या शतकात मेरी वोल्स्टन क्राफ्ट, जॉन स्टुअर्ट मिल, हफरीयट टेलर, एमिली डेव्हीस, फ्रान्सिस पॉवर कॉब, जोसेफाईन बटलर, इत्यादी उदारमतवादी लेखकांनी पुरुषाप्रमाणे महिला विवेकी व विचारक्षम आहेत हे मत मांडले (सुमंत यशवंत). मेरी वोल्स्टनक्राफ्ट यांचे 'ऑफ दि राईटस ऑफ वुमन' (१७९२) व जॉन स्टुअर्ट मिल यांचे 'दि सबजेक्शन ऑफ वूमन' (१८६९) ही पुस्तके स्त्री-स्वातंत्र्याच्या विचारात भर घालतात (सुमंत यशवंत). या उदारमतवादाने स्त्रीला एक स्वतंत्र व्यक्तिमत्त्व दिले. सार्वजनिक जीवनात हक्कांसाठी झगडून शिक्षण, मताधिकार, संपत्तीचा अधिकार व स्त्री-पुरुष समतेचा आग्रह धरला (सुमंत यशवंत). या उदारमतवादाचा प्रभाव तिसऱ्या जगातील विविध चळवळींवर झाला. यांपैकी एक उदा. भारतातील आहे. ब्राह्मो समाज, प्रार्थना समाज, सत्यशोधक समाज यांसारख्या संघटनांनी उदारमतवादी

विचार भारतात स्त्रीवादी विचारांत मांडला आहे(पवार प्रकाश). न्या. रानडे, महात्मा फुले, सावित्रीबाई फुले, ताराबाई शिंदे, पंडिता रमाबाई इत्यादींनी सार्वजनिक जीवनात हक्कांसाठी झगडून शिक्षणाचा अधिकार, मताधिकार, संपत्तीचा अधिकार व स्त्री-पुरुष समतेचा आग्रह धरला (पवार प्रकाश). सईद अहमद खान, सर बद्रुद्दीन तैय्यबजी यांसारख्या मुस्लिम समाजसुधारकांनी मुसलमान स्त्रियांना शिक्षण देण्याचा विचार मांडला होता. या सामाजिक सुधारणा चळवळींतून महिलांच्या सबलीकरणास शक्ती मिळाली आहे(पवार प्रकाश). हा महिलांच्या राजकीय समावेशनाचा मुद्दा चळवळीतून पुढे आला. संघर्ष करून महिलांचा राजकारणात समावेश होईल, अशी दिशा महिलांच्या राजकारणाला मिळाली होती.

समाजवादी व मार्क्सवादी स्त्रीवाद :

फुरियर, साँ सीमाँ, रॉबर्ट ओवेन, विल्यम थॉम्सन (समाजवादी), फ्रेडरिक एंगेल्स, ऑगस्ट बेबेल, अलेक्झांड्रा कोलोंटाम, गिलमन इत्यादी मार्क्सवादी विचारवंतांनी स्त्री-प्रश्नांचा स्वतंत्रपणे विचार केला(सुमंत यशवंत). फुरियरने विवाहसंस्थेची कालबाह्यता स्पष्ट केली. सामुदायिक घरकाम, सामुदायिक बालसंगोपनाचा विचार त्यांनी मांडला. रॉबर्ट ओवेनने विवाहसंस्था नष्ट करण्याचा विचार मांडला. मार्क्स व एंगेल्स यांच्या सुरुवातीच्या लेखनात स्त्री-प्रश्नांची चर्चा आढळत नाही. 'दि जर्मन आयडिऑलॉजी' या ग्रंथात मार्क्स व एंगेल्स यांनी अपत्याला जन्म देण्यातून स्त्री-पुरुषांतील आद्य श्रमविभागणी सुरू होते, असे मत नोंदविले. The Origin of the Family, Private Property and State या ग्रंथात पुरुष कुटुंबात भांडवलदार असतो व स्त्री कुटुंबात श्रमिक असते, हा मुद्दा मांडला आहे(सुमंत यशवंत). हे प्रारूप सत्तासंघर्षात महिलांनी प्रभावीपणे वापरल्याचे दिसत नाही.

संदर्भ सूची

१. पवार प्रकाश, २००२, 'महिलांचा स्वातंत्र्य चळवळीतील सहभाग', (बा. रा. घोलप महाविद्यालय, सांगवी, चर्चा सत्रातील अप्रकाशित लेख).
२. फडके य. दि., १९८९, 'विसाव्या शतकातील महाराष्ट्र', खंड पहिला, श्री विद्या प्रकाशन, पुणे
३. गेल ऑम्व्हेट, 'ज्योतिबा फुले आणि स्त्री-मुक्तीचा विचार', लोक वाङ्मय गृह, मुंबई १९९०.
४. भागवत विद्युत २००४, 'स्त्री-प्रश्नाची वाटचाल', प्रतिमा प्रकाशन, पुणे.

५. जैन प्रतिभा व शर्मा संगीता (संपा.) 'भारतीय स्त्री', रावत पब्लिकेशन, जयपूर १९९८.

६. सुमंत यशवंत, १९९९, 'स्त्री मुक्तीची पहाट', 'मिळून साऱ्याजणी', पुणे.

७. वेबसाईट www.eci.gov.in.

८. चव्हाण वैशाली, २००७, 'पश्चिम महाराष्ट्रातील महानगरपालिकांचे राजकारण (१९९२-२००३)' पृ. ३१.

९. जुन्नरकर वनमाला, १९९४, 'दंगलीमधील हिंसाचारात स्त्रियांचा सहभाग : 'स्वाधार'चा अहवाल' नवभारत, एप्रिल-मे-जून, पृ. ९-२८.

१०. फडके य. दि., १९९९, 'लोकसभा निवडणुका १९५२ ते १९९९' अक्षर प्रकाशन ४२, मुंबई ६२-७३.

११. चव्हाण वैशाली, २००७, 'पश्चिम महाराष्ट्रातील महानगरपालिकांचे राजकारण (१९९२-२००३)' पृ. ३१.

१०

सार्वजनिक धोरण आणि महिला

प्रारंभीच्या काळात भारत सरकारने महिलांसाठी कल्याणकारी धोरण या पद्धतीचे धोरण निश्चित केले. यामध्ये सरकारचा भर कायदे करण्यावर होता. याशिवाय शिक्षण, आरोग्य व कल्याण अशा सामाजिक सेवांच्या लाभार्थी म्हणून महिला धोरण समजले गेले. कल्याणकारी धोरणाची जागा १९७५ नंतर विकासलक्षी कायद्यांनी घेतली. हा बदल आरंभीच्या धोरणात झाला. यानंतर १९९० नंतर कल्याणकारी व विकासलक्षी हे दोन दृष्टिकोन मागे पडले आणि त्या जागी 'महिला सबलीकरण' हे नवे धोरण भारत सरकारने स्वीकारले. काँग्रेस व भाजप या दोन पक्षांचा महिला सबलीकरण धोरणावर जास्त प्रभाव राहिला. शिक्षण, आरोग्य, कायदा व न्याय, प्रशासकीय सेवांमध्ये नोकरीची संधी व राजकीय क्षेत्रात राखीव जागा हे महिला सबलीकरण धोरणाचे क्षेत्र ठरविले गेले.

आरंभीचे कल्याणकारी महिला धोरण :
कायदे मंडळ (चौकट क्र.१०.१)

हिंदू विवाह कायदा	१९५५
विशिष्ट विवाह कायदा	१९५४
गर्भहत्या प्रतिबंधक कायदा	१९६१
सती कमिशन कायदा	१९८७

महिला सबलीकरण धोरणनिश्चिती करण्यावर भारतामध्ये नव्वदीच्या दशकात राज्यसंस्थेने भर दिला. त्या अगोदर महिला सबलीकरण धोरण नव्हते. केवळ महिलांच्या संदर्भात कायदे केले गेले. उदा. सतीबंदी कायदा (१८२९), विधवा पुनर्विवाह कायदा

(१८५६), हिंदू विवाह कायदा (१९५५), हुंडा प्रतिबंधक कायदा (१९६१), इत्यादी (पाहा चौकट १०.१ व १०.४) भारत स्वतंत्र झाल्यानंतर स्त्री-शिक्षणासाठी नेहरू सरकारने राष्ट्रीय आयोग नेमला होता (१९५८-५९). शिक्षण मंत्रालयात राष्ट्रीय कौन्सिलही उभारले होते. परंतु ब्रिटिश व काँग्रेस सरकारच्या काळात पुरुषांकडून राज्यसंस्थेवर दबाव वाढण्यातून राज्यसंस्थेने कायद्यांमध्ये बदल केले. यांची दोन उदाहरणे देता येतात. एक-१८३९ मध्ये सतीबंदी कायद्यात ऐच्छिक सतीचे कलम सामील केले गेले. तसेच कायद्याने पुनर्विवाहितेला पोटगी नाकारली गेली. त्याचबरोबर मृत पतीच्या संपत्तीवरील अधिकारही नाकारला गेला. दोन-नेहरू सरकारने राष्ट्रीय आयोग नेमला व राष्ट्रीय काउन्सिल उभारले. मात्र त्यांच्या समित्यांकडून केलेल्या शिफारशींची दखल मात्र सरकारने घेतली नाही. नेहरू सरकारने विवाह कायदा (आंतरधर्मीय व आंतरजातीय विवाहास मान्यता), घटस्फोट, संपत्ती व दत्तक या कायद्यांनी महिलांना अधिकार दिले. या कायद्यामुळे महिलांचा दर्जा वाढण्यास मदत झाली. मात्र समतेचे तत्त्व यामधून पुढे आले नाही. असे नेहरू सरकारचे महिलाविषयक धोरण होते. नेहरू यांनी वेश्यांकडे जाणाऱ्या पुरुषांविरोधी भूमिका १९२३ मध्ये घेतली होती. परंतु The Suppression of Immoral Traffic Act या कायद्यामध्ये नेहरूंच्या भूमिकेचे प्रतिबिंब दिसत नाही. त्यामुळे घर महिलेचे व दार पुरुषाचे, असा फरक करत नेहरू सरकारने महिला धोरण निश्चित केले होते. या चौकटीत पंचवार्षिक योजनांमध्ये महिलांकडे पाहण्याचा दृष्टिकोन राहिला. याचाच अर्थ शिक्षण, आरोग्य व कल्याण अशा सामाजिक सेवांच्या लाभार्थी केवळ महिला आहेत, असे धोरण नेहरू किंवा काँग्रेस सरकारचे होते. या चौकटीची मोडतोड न करता पहिल्या पंचवीस वर्षांत पंचवार्षिक योजनांमध्ये महिला धोरण आखले गेले. थोडक्यात, महिलांसाठी स्वतंत्र धोरणनिश्चिती झाली नाही. सामाजिक सेवांसाठीचे धोरण म्हणजेच महिलांचे धोरण, असे महिलांच्या धोरणाचे स्वरूप दुय्यम राहिले. या प्रकारच्या धोरणाच्या उदाहरणांची यादी आणखी वाढवता येईल. उदा. अनुसूचित जाती व जमाती यांना राज्यसंस्थेने हस्तक्षेप करून आरक्षण दिले. त्यामध्ये त्या समूहातील महिलांचा समावेश नव्हता. म्हणजेच सार्वजनिक धोरणनिश्चितीच्या क्षेत्रात १९७४ पर्यंत महिला धोरण स्पष्टपणे आखले गेले नाही. सार्वजनिक धोरणाच्या क्षेत्रात हे धोरण अदृश्य होते.

धूसर विकासलक्षी महिला धोरण :

राज्यसंस्थेने १९७५ नंतर महिला धोरण आखण्यास धूसरपणे सुरुवात केली. त्यानंतर नव्वदीच्या दशकात 'महिला सबलीकरण' या चौकटीत महिला धोरण विकास पावले. महिला सबलीकरण ही संकल्पना राज्यसंस्थेने वापरलेली आहे. ही संकल्पना

भारतीय राज्यघटनेतील समतेच्या तत्त्वापेक्षा व स्त्रीमुक्ती या संकल्पनेपेक्षा वेगळी आहे. याचाच अर्थ महिला सबलीकरण या संकल्पनेत महिलांना सत्ता, अधिकार, प्रतिष्ठा व संपत्ती देणारे घटक राज्यसंस्था, राज्यकर्ते व भांडवलदार हे आहेत. त्यांनी महिलांना शक्ती देणे, म्हणजेच पुरुषसत्तेच्या चौकटीत सत्ता, अधिकार, प्रतिष्ठा व संपत्ती यांचा वाटा महिलांनी घेणे. त्यांचे नियंत्रण महिलांवर आपोआपच येते. यामध्ये पितृसत्ताक संबंध राज्यसंस्थेने गृहीत धरले आहेत. असा या धोरणाचा मुख्य अर्थ होतो. समता, स्वातंत्र्य, सामाजिक व वाटपात्मक न्याय वगळून तयार झालेली ही महिला धोरणाची मूल्यात्मक चौकट आहे. या चौकटीमध्ये मुख्य मुद्दा असा दिसतो की, राजकीय पक्षांना महिला कार्यकर्ते हवे होते. भांडवलशाहीला महिलांची गरज होती. या गरजांची पूर्तता करण्यासाठी महिला सबलीकरण धोरण आखणे ही काळाची गरज होती. या पार्श्वभूमीवर महिला सबलीकरण धोरण भारतात आखले गेले व त्याची अंमलबजावणी सुरू आहे.

चौकट क्र.१०.२
राज्यघटनेतील लैंगिक समतेची चौकट

कलम १४	कायद्यापुढील समता.
कलम १५(१)	धर्म, जात, वंश, लिंग या कोणत्याही कारणावरून राज्य नागरिकांमध्ये भेदाभेद करणार नाही.
कलम १६	नोकरीची समान संधी.
कलम ३९(अ)	जगण्याचा समान अधिकार.
कलम ३९(ड)	समान कामासाठी समान वेतन.
कलम ४२	कामाच्या ठिकाणी माणुसकीची वागणूक व प्रसूती साहाय्य.
कलम ५१अ(इ)	महिलांच्या प्रतिष्ठेला बाधा आणणाऱ्या प्रथा-परंपरांचा त्याग करणे.
कलम २४३ड(३)	पंचायतीमध्ये महिलांसाठी ३३ टक्के जागा आरक्षित.
कलम ३४३	महानगरपालिकांमध्ये महिलांसाठी ३३ टक्के आरक्षित.

भारतात १९५० ते १९९० पर्यंत महिलांसाठी स्वतंत्रपणे व जाणीवपूर्वक धोरणनिश्चिती झाली नाही. महिला चळवळीचा प्रभाव १९७४ नंतर वाढत गेला, तसेच सर्वच राजकीय पक्षांचा सामाजिक पाया ठिसूळ झाला. या कारणामुळे काँग्रेस,

भाजपासह सर्व पक्षांना १९९० नंतर नव्याने राजकीय संघटन करावे लागले. त्यामुळे या पार्श्वभूमीवर या पक्षांनी महिला सबलीकरण धोरण आखण्यासाठी पुढाकार घेतला. नव्वदीच्या दशकात महिला धोरण आखले गेले. काँग्रेस व भाजप या दोन पक्षांनी राष्ट्रीय पातळीवर सरकारी धोरणे महिलांच्या संदर्भात आखली. या दोन्ही सरकारांच्या धोरणात साधर्म्य दिसते. मात्र बिजू जनता दल, राष्ट्रीय जनता दल, समाजवादी पक्ष या पक्षांनी काँग्रेस व भाजप यांच्यापेक्षा वेगळे महिलाविषयक सार्वजनिक धोरण निश्चित करावे, असा पर्याय उभा केला आहे. या पक्षांनी जात व धर्म या दोन घटकांच्या आधारे महिला सबलीकरण धोरणात बदल सुचविले आहेत. अशा प्रकारच्या महिला सबलीकरण धोरणाचा आढावा पुढीलप्रमाणे घेतला आहे.

महिला सक्षमीकरणाचे राष्ट्रीय धोरण :

भारतीय राज्यघटनेचा सरनामा, मूलभूत हक्क, मूलभूत कर्तव्ये व मार्गदर्शक तत्त्वे यांमध्ये 'स्त्री-पुरुष समता' हे तत्त्व व्यक्त होते. राज्यघटना केवळ महिलांना समतेची शाश्वती देत नाही, तर राज्यसंस्थेने प्रसंगी किंमत मोजूनही महिलांच्या सार्वजनिक हिताचा विचार केला पाहिजे, अशी भूमिका घेते. यासाठी राज्यसंस्थेला अधिकार राज्यघटना देते. लोकशाही व्यवस्थेच्या चौकटीमध्ये कायदे, विकासाची धोरणे, नियोजन आणि कार्यक्रम यांमध्ये महिलांना केंद्रीभूत मानले गेले. पाचव्या पंचवार्षिक योजनेपासून (१९७४-७८) महिलांकडे पाहण्याचा दृष्टिकोन बदलला. महिलांच्या कल्याणाबरोबरच त्यांच्या विकासाकडेसुद्धा लक्ष पुरविण्यात येऊ लागले. (पहा चौकट १०.३). गेल्या काही वर्षांपासून केंद्रीय पातळीवरूनच महिला सबलीकरण हे धोरण ठरविले गेले. संसदेच्या कायद्यानुसार १९९० मध्ये राष्ट्रीय महिला आयोग स्थापन करण्यात आला. ७३व्या व ७४व्या घटनादुरुस्तीने महिलांना स्थानिक स्वराज्य संस्थांमध्ये आरक्षण दिले. यामुळे स्थानिक पातळीवरील निर्णय प्रक्रियेमध्ये महिलांचा सहभाग मोठ्या प्रमाणावर वाढला. महिलांच्या समान अधिकारासंबंधीच्या वेगवेगळ्या आंतरराष्ट्रीय करारांना भारत सरकारने मंजुरी दिली आहे.

चौकट क्र.१०.३
पंचवार्षिक योजनांमधील महिला धोरण

पहिली पंचवार्षिक योजना (१९५१-१९५६) १९५३ मध्ये सामाजिक कल्याण मंडळाची स्थापना व त्यामार्फत कल्याणकारी कार्यक्रमांची अंमलबजावणी
दुसरी पंचवार्षिक योजना (१९५६-६१) महिला मंडळामार्फत स्थानिक पातळीवर विकास
तिसरी व चौथी पंचवार्षिक योजना (१९६१-७४) महिला शिक्षण, बालक आरोग्य सेवा, बालकांना पर्यायी जेवण
पाचवी पंचवार्षिक योजना (१९७४-७८) कल्याणकारी दृष्टिकोनाऐवजी विकासलक्षी दृष्टिकोन स्वीकारला गेला.

महिला चळवळी व बिगरशासकीय संघटना यांच्या योगदानामुळे महिलांसाठी महिला सबलीकरण धोरण आखले गेले. तरीसुद्धा राज्यघटनेने स्वीकारलेली तत्त्वे प्रत्यक्षात येऊ शकली नाहीत. कायदे मंडळ, धोरणे, योजना कार्यक्रम आखणारी यंत्रणा एका बाजूला तर दुसऱ्या बाजूला भारतातील महिलांच्या दर्जाची वस्तुस्थिती वेगळी आहे, असा फरक दिसतो.

Towards Equality (1974) यामध्ये महिलांसाठी राष्ट्रीय दृष्टिकोन योजनेवर भर देण्यात आला. लोकसंख्येतील महिलांचे प्रमाण कमी होत आहे. महिलांना कौटुंबिक व सामाजिक पातळीवर हिंसेला सामोरे जावे लागते. औपचारिक व अनौपचारिक सामाजिक व आर्थिक रचना यांमुळे लैंगिक विषमता निर्माण होते.

राष्ट्रीय महिला सक्षमीकरण धोरणाची ध्येये व उद्दिष्टे :

(१) महिलांच्या संपूर्ण विकासासाठी सकारात्मक आर्थिक, सामाजिक धोरणांच्या माध्यमातून वातावरणनिर्मिती करणे.

(२) राजकीय, आर्थिक, सामाजिक, सांस्कृतिक व नागरी क्षेत्रात महिलांना समान हक्क, स्वातंत्र्य दिले पाहिजे.

(३) राष्ट्राच्या सामाजिक, राजकीय आणि आर्थिक जीवनामध्ये महिलांना सहभागी होण्याची व निर्णय घेण्याची समान संधी असेल.

(४) सर्वच पातळ्यांवर दर्जेदार शिक्षण, करिअर व व्यावसायिक सल्ला, नोकरी, समान वेतन, व्यावसायिक सुरक्षा, सामाजिक सुरक्षा, आरोग्याची देखभाल करण्याची समान संधी महिलांना असेल.

(५) महिलांचे शोषण करणाऱ्या सर्व प्रथा-परंपरा नष्ट करणारी बळकट स्थानिक संस्था निर्माण करणे.

(६) सामूहिक कृतीमध्ये महिला व पुरुष यांचा समान सहभाग वाढविणारा दृष्टिकोन विकसित करणे.

(७) विकासाच्या प्रक्रियेमध्ये स्त्रीवादी दृष्टिकोनाचा स्वीकार करणे.

(८) नागरी समाजातील महिलांचा सहभाग वाढविण्यासाठी महिला संघटना स्थापन करण्यावर भर द्यावा.

महिला सक्षमीकरण धोरणविषयक दृष्टिकोन :

कायदेशीर व न्यायालयीन व्यवस्था :

कुटुंबांतर्गत महिलांच्या हिंसेला कायदेशीर व न्यायालयीन व्यवस्था जबाबदार असते. महिलांच्या न्याय्य हक्कांचे संरक्षण करण्यासाठी नवीन कायदे तयार केले गेले पाहिजेत. तसेच अस्तित्वात असलेल्या कायद्यांमध्ये बदल घडवून आणला पाहिजे. धोरणनिश्चितीमध्ये धार्मिक नेत्यांचादेखील सहभाग असला पाहिजे. व्यक्तिगत कायद्यामध्ये बदल करणे हे धोरणाचे ध्येय असले पाहिजे. उदा. विवाह, तलाख, संपत्तीच्या अधिकाराचे मूल्यमापन करून त्यामध्ये महिलांनादेखील अधिकार दिले गेले पाहिजेत. संपत्तीच्या मालकीसंबंधीच्या कायद्यामध्ये बदल करणे हेदेखील धोरणाचे ध्येय असले पाहिजे, अशा प्रकारच्या धोरणात बदल झाला.

निर्णयप्रक्रियेतील सहभाग :

सत्तेमध्ये महिलांना समान वाटा मिळाला पाहिजे, तसेच निर्णयनिश्चितीमध्ये महिलांचा सक्रिय सहभाग असला पाहिजे. महिला सबलीकरण उद्दिष्टांची पूर्ती करावयाची असेल, तर महिलांना राजकीय प्रक्रियेच्या सर्व पातळ्यांवर होणाऱ्या निर्णयप्रक्रियांमध्ये सहभागी करून घेतले पाहिजे. प्रत्येक पातळीवरील निर्णयनिश्चितीच्या मंडळावर महिलांना समान संधी व पूर्ण सहभाग मिळाला पाहिजे. कायदे मंडळ, कार्यकारी मंडळ, न्यायदान मंडळ, सहकार, सल्लागार आयोग, समित्या, मंडळे, विश्वस्त संस्था यांसारख्या महत्त्वाच्या संस्थांच्या निर्णय-प्रक्रियेत महिलांना अधिकार असले पाहिजेत. महिलांना अनुकूल अशी धोरणे आखून विकासाच्या प्रक्रियेमध्ये महिलांना अधिकार असले पाहिजेत. महिलांना अनुकूल अशी धोरणे आखून विकासाच्या प्रक्रियेमध्ये महिलांचा परिणामकारक सहभाग वाढविता येतो.

धोरणे, कार्यक्रम आणि व्यवस्था या प्रकारे स्थापन केल्या पाहिजेत की; ज्यांमधून विकासप्रक्रियेतील महिलावादी दृष्टिकोन व्यक्त झाला पाहिजे. जेव्हा जेव्हा

धोरण आणि कार्यक्रम यांमध्ये तफावत निर्माण होईल, त्या-त्या वेळी हस्तक्षेप करून दुवा साधण्याचे कार्य महिला करतील. कायदे, धोरणे, नियोजन आणि कृती कार्यक्रम यांमधून महिलाविषयक समस्या व्यक्त झाल्या पाहिजेत, असे १९९० नंतर सरकारचे धोरण राहिले.

महिलांचे आर्थिक सक्षमीकरण :

भारतातील बहुसंख्य लोकसंख्या दारिद्र्यात राहते. त्यामध्ये महिलांचे प्रमाण जास्त आहे. अत्यंत दारिद्र्यात राहणाऱ्या महिलांचे प्रमाणही लक्षणीय आहे. सामाजिक विषमता निर्मूलन, सूक्ष्म आर्थिक धोरणे आणि गरिबी निर्मूलनाचे कार्यक्रम यांमधून महिलांच्या समस्या सोडविण्यास अग्रक्रम दिला पाहिजे. महिलांसाठी आखलेल्या धोरणांच्या अंमलबजावणीमध्ये सुधारणा झाल्या पाहिजेत. गरीब महिलांचे संघटन करण्यासाठी पावले उचलली गेली पाहिजेत. त्यांना नोकऱ्या उपलब्ध करून त्याद्वारे त्यांचा आर्थिक व सामाजिक दर्जा उंचाविला जाईल. त्यांच्या अंतर्गत क्षमतांचा विकास घडवून आणण्यासाठी आवश्यक असणारा पाठिंबा दिला गेला पाहिजे. दारिद्र्यरेषेखालील महिलांना सहजपणे कर्जे उपलब्ध करून देण्यासाठी आर्थिक संस्था व बँका यांचा विस्तार केला गेला पाहिजे. सामाजिक, आर्थिक धोरणे तयार करण्यामध्ये व अंमलबजावणीच्या संस्थात्मक प्रक्रियांमध्ये महिलावादी दृष्टिकोन स्वीकारला गेला पाहिजे, अशी सरकारची भूमिका होती.

सामाजिक व आर्थिक विकासामध्ये महिलांचे योगदान असले पाहिजे. औपचारिक व अनौपचारिक क्षेत्रामध्ये काम करणारे कामगार, उत्पादक यांना मान्यता मिळाली पाहिजे. सबलीकरणाशी संबंधित अचूक धोरण आखले गेले पाहिजे. कामाची स्थितीसुद्धा अधोरेखित केली गेली पाहिजे. कामाच्या संकल्पनेची नव्याने मांडणी करणे गरजेचे आहे. उत्पादक व कामगार म्हणून महिलांच्या योगदानाची दखल जनगणना अहवालामध्ये घेतली पाहिजे, असे सरकारचे धोरण राहिले.

चौकट क्र.१०.४

महिलांसंदर्भात कायदे मंडळाचे आर्थिक धोरण

कारखाना कायदा	१९४८
माइन्स कायदा	१९५२
राज्य कामगार विमा कायदा	१९४८
प्लँटेशन कामगार कायदा	१९५१

प्रसूती साहाय्य कायदा	१९६१
कारखाना कायदा	१९७६
समान वेतन कायदा	१९७६

महिला समानता या ध्येयाला आव्हान म्हणून जागतिकीकरण समोर येताना दिसते. लिंगभेदाच्या होणाऱ्या परिणामाचे व्यवस्थितरीत्या मूल्यमापन केले गेले नाही. महिला आणि बालविकास विभागातून केल्या गेलेल्या अभ्यासातून हे दिसून आले आहे की, रोजगाराची उपलब्धता व रोजगाराचा दर्जा यासंबंधीच्या धोरणाची पुनर्मांडणी करणे गरजेचे आहे. वाढणाऱ्या जागतिक अर्थव्यवस्थेच्या फायद्याचे असमान वाटप होत आहे. गरिबीचे महिलाकरण, लैंगिक विषमतेत होणारी वाढ, कामाच्या ठिकाणची असुरक्षितता यांसारख्या अनेक समस्या जागतिकीकरणातून पुढे येत आहेत. अनौपचारिक क्षेत्रामध्ये व ग्रामीण भागामध्ये या समस्या मोठ्या प्रमाणावरती भेडसावत आहेत. महिलांच्या क्षमता वाढविण्यासंदर्भातील व्यूहरचना आखली पाहिजे. जागतिकीकरणाच्या प्रक्रियेतून निर्माण झालेल्या नकारात्मक सामाजिक आणि आर्थिक परिणामांना सामोरे जाण्यासाठी महिलांचे सक्षमीकरण केले पाहिजे, असे काँग्रेस सरकारचे धोरण आहे.

महिलांना प्रशिक्षण दिले, विस्ताराने कामाचे स्वरूप समजून दिले व विविध कार्यक्रमांची आखणी केली; तर शेतीक्षेत्रातील व त्यासंबंधित क्षेत्रातील महिलांना उत्पादक म्हणून सहभाग वाढविण्याबरोबरच तो फायद्याचादेखील ठरेल. जमिनीसंदर्भात प्रशिक्षण, जंगलाविषयीची जागरुकता, फळप्रक्रिया उद्योग, कुक्कुटपालन, शेळी-मेंढीपालन, मत्स्यव्यवसाय यांमधून शेतीक्षेत्राला फायदेशीर असे महिलांचे काम होईल.

वीज, माहिती तंत्रज्ञान, अन्नप्रक्रिया उद्योग, सूतगिरण्या यांच्या विकासामध्येदेखील महिला महत्त्वाची भूमिका बजावू शकतात. महिला औद्योगिक क्षेत्राला कामगार म्हणून पाठिंबा देऊ शकतात. सामाजिक सुरक्षेबरोबरच अन्य सेवांचादेखील पाठिंबा महिला औद्योगिक क्षेत्राला मिळवून देऊ शकतात.

सामाजिक, आर्थिक व राजकीय क्षेत्रांमध्ये महिलांनी पूर्ण क्षमतेने काम करण्यासाठी त्यांना आधार देणाऱ्या सेवा व्यवसायांचा विकास झाला पाहिजे.

महिलांचे सामाजिक सक्षमीकरण :

महिलांना, मुलींना शिक्षणाची संधी व खात्री दिली पाहिजे. स्त्री-पुरुष भेदनिर्मूलनाचे वेगळे कार्यक्रम आखले पाहिजेत. सार्वत्रिक शिक्षण, निरक्षरता निर्मूलन,

लिंगभावावर आधारलेली शैक्षणिक पद्धत, मुलींच्या शिक्षणामध्ये वाढ, शिक्षणाच्या दर्जामध्ये सुधारणा तसेच व्यावसायिक, तांत्रिक कौशल्य महिलांमध्ये विकसित करण्यावर भर देण्यात येईल. माध्यमिक व उच्च शिक्षणातील महिला-पुरुष ही दरी कमी केली पाहिजे. आरोग्य, निवास, स्वच्छ पिण्याचे पाणी या गोष्टी महिलांना मिळण्यासाठी प्रयत्न होणे गरजेचे आहे. विज्ञान व तंत्रज्ञान यांमध्ये महिलांचा सहभाग वाढावा, यासाठी कार्यक्रमाची आखणी केली पाहिजे. उच्च शिक्षणामध्ये मुलींनी विज्ञान आणि तंत्रज्ञान यांची निवड करावी, म्हणून त्यांना प्रेरित केले गेले पाहिजे. महिलांच्या रोजच्या जीवनाचा संबंध पर्यावरणाशी येतो. त्यामुळे पर्यावरणासंबंधी धोरण आखताना, कार्यक्रमांची अंमलबजावणी करताना महिला दृष्टिकोनाचा विचार झाला पाहिजे. संकटग्रस्त महिलांना मदत केली गेली पाहिजे. महिलांच्या विरोधातील हिंसेचे निर्मूलन केले पाहिजे. प्रसिद्धीमाध्यमांनीदेखील महिलांना समान संधी दिली पाहिजे. तसेच स्त्री-पुरुष समता प्रस्थापित करण्याच्या दृष्टिने प्रसिद्धीमाध्यमांची भूमिका महत्त्वाची ठरते.

चौकट क्र.१०.५
महिला धोरणे

महिलांसाठी राष्ट्रीय कृती योजना	१९७६
राष्ट्रीय आरोग्य धोरण	१९८३
महिला कैद्यांसाठी राष्ट्रीय तज्ज्ञ समिती	१९८६
महिलांसाठी राष्ट्रीय दृष्टिकोन योजना	१९८८-२०००
औपचारिक क्षेत्रामध्ये काम करणाऱ्या महिला-पुरुषांसाठी राष्ट्रीय श्रम शक्ती आयोगाचा अहवाल	१९८८
महिलांसाठी राष्ट्रीय आयोग कायदा	१९९०

कायद्यांचे आणि राज्यांनी वेळोवेळी घेतलेल्या निर्णयांचे, धोरणांचे स्वरूप हे प्रामुख्याने पुरुषप्रभुत्वात्मकच राहिले. राज्याने सतत पुरुषवर्गाच्या हिताची जोपासना करणारी धोरणे आखली व अमलात आणली. राज्याने लिंगावर आधारित कोणताही भेदभाव असणार नाही, असे धोरण आखले; परंतु प्रत्यक्षात राज्याने धर्माधिष्ठित व्यक्तिगत कायद्यांना मान्यता दिली.

स्त्रियांवर होणाऱ्या अत्याचारांविरुद्ध व महिलाविषयक कायद्यांमध्ये, धोरणांमध्ये सुधारणा व्हाव्यात यासाठी स्त्रीसंघटनांनी सरकारवर दबाव आणण्यास १९७० नंतर

सुरुवात केली. लोकशाहीमध्ये धोरण निश्चित करणाऱ्या संस्थांमध्ये समाजातील सर्व घटकांना, समूहांना, वर्गांना, जातींना स्थान मिळणे लोकशाहीसाठी पोषक असते.

महिलांचे राजकीय सक्षमीकरण :

भारतीय संसदेने आरक्षण विधेयकाला २२ डिसेंबर १९९२ रोजी मान्यता दिली. राष्ट्रपतींच्या स्वाक्षरीने ७३ व ७४ वी घटनादुरुस्ती २४ एप्रिल १९९३ला अस्तित्वात आली. संपूर्ण भारतात त्रिस्तरीय पंचायत व्यवस्था, शहरी आणि ग्रामीण स्थानिक स्वराज्य संस्थांना अधिक अधिकार व स्वायतत्ता आणि या सर्व संस्थांमध्ये अनुसूचित जाती-जमाती व स्त्रियांना आरक्षण या वैशिष्ट्यांसह घटनादुरुस्तीचा अंमल सुरू झाला. या घटनादुरुस्तीन्वये त्रिस्तरीय पंचायतीमध्ये व नगरपालिका, महानगरपालिका या संस्थांमध्ये स्त्रियांसाठी ३३ टक्के जागा आरक्षित ठेवण्यात आल्या. हे आरक्षण केवळ सर्वसाधारण जागांसाठीचे नव्हते, तर स्त्रियांसाठी ३३ टक्के अधिकारपदे (महापौर, उपमहापौर, नगराध्यक्ष, सरपंच, जिल्हा परिषद अध्यक्ष) राखीव ठेवण्यात आली.

या आरक्षणामुळे महिलांचा राजकारणातील सहभाग ३३ टक्के वाढला. महिलांना राजकीय सत्तेमध्ये वाटा मिळाला, परंतु लोकसंख्येच्या प्रमाणामध्ये हा महिलांचा सहभाग नव्हता. हा सहभाग भारत सरकारने स्थानिक स्वराज्य संस्थामध्ये वाढविला आहे. महिला, अ.जाती व अ.जमाती यांना ५० टक्के आरक्षण देणारे धोरण आखले आहे.

पंचायत व महानगरपालिका यांच्या पातळीवर लागू झालेले आरक्षण विधानसभा व लोकसभा या पातळीवरही लागू केले जावे, हा विचार यातून पुढे आला. मार्च २०१० रोजी संयुक्त पुरोगामी आघाडी सरकारने लोकसभा व विधानसभा यांमध्ये महिलांना ३३ टक्के आरक्षण देणारे विधेयक राज्यसभेत मांडले. त्या विधेयकाला राज्यसभेने मंजुरीदेखील दिलेली आहे. या पातळीवर महिला सबलीकरण प्रक्रिया राबविण्याचा विचार दिसतो.

भाजपप्रणीत महिला धोरण :

भारत सरकारने २००१ मध्ये महिला सबलीकरण धोरण मांडले. या धोरणाची पार्श्वभूमी भाजपच्या सत्तेच्या कालखंडात सुरू झाली; परंतु अधिकृतरीत्या संयुक्त पुरोगामी लोकशाही आघाडी सरकारने महिला सबलीकरण धोरणाची राष्ट्रीय पातळीवर आखणी केली. सरकारने हे धोरण मांडताना महिलांच्या चळवळीतील अनेक मुद्दे स्वीकारले आहेत. मेक्सिको (१९७५), नैरोबी (१९८५) व बीजिंग (१९९५) या झालेल्या आंतरराष्ट्रीय महिला परिषदांतील सामाजिक दर्जा व लैंगिक समता यांचा विचार या धोरणात स्वीकारलेला दिसतो. या धोरणाने महिलांची क्षमता वाढविण्याची

व अधिकृतपणे सत्ता देण्यासाठी उद्दिष्टे स्पष्ट केली आहेत. महिलांची कार्यक्षमता, पात्रता व कौशल्ये वाढविण्यासाठी सकारात्मक सामाजिक, आर्थिक वातावरण कायद्याने तयार केले जाणार आहे. कायद्यातील पळवाटांमुळे महिलांना न्याय मिळत नाही. त्याकरिता न्यायव्यवस्था कार्यक्षम केली जाईल. सामाजिक, राजकीय व आर्थिक जीवनामध्ये महिलांना समान सहभाग व निर्णयप्रक्रियेमध्ये समान संधी दिली पाहिजे, अशी भाजपप्रणीत सरकारची भूमिका होती.

महाराष्ट्र राज्यात हिंदू वारसा कायद्यात सुधारणा करून महिलांना जन्मजात हक्क म्हणून मालमत्तेत पत्नीला सामाईक भागीदार बनविणे; राजकीय, आर्थिक व प्रशासकीय क्षेत्रातील निर्णय घेण्याच्या प्रक्रियेमध्ये सहभाग शक्य व्हावा, म्हणून राखीव जागांची तरतूद व शेवटी या महिला धोरणामुळे शहरातील स्त्रियांना कौटुंबिक दर्जाच्या सापळ्यातून, लिंगभेदाच्या न्यूनगंडातून व पुरुषी परावलंबित्वातून बाहेर पडण्याची उमेद निर्माण झाली. असे असले, तरीसुद्धा ग्रामीण भागात स्त्री-प्रश्नावर काम करणाऱ्या किंवा शहरी कष्टकरी स्त्री-प्रश्नावर चळवळी करणाऱ्या स्त्री-कार्यकर्त्या या धोरणाच्या प्रक्रियेपासून लांब राहिलेल्या दिसतात. गर्भित हेतूच्या व वास्तवाच्या एकूण मर्यादांमुळे या महिला संघटना व राज्याच्या सामाजिक धोरणांचा लक्ष्यकेंद्री महिला गट हा सुशिक्षित, शहरी मध्यमवर्गीय स्त्री हाच बनतो.

महिला धोरणाद्वारे स्त्रियांना विकासाच्या मुख्य प्रवाहात आणण्याचा व त्यांना सत्ताधारी बनविण्याचा प्रयत्न राज्यसंस्था करताना दिसते. राज्याच्या प्रशासकीय, राजकीय व आर्थिक क्षेत्रात महिलांना स्वायत्त, स्वावलंबी व राखीव जागांमध्ये स्त्रियांना राजकीय प्रक्रियेच्या मुख्य प्रवाहात सामावून घेतले जाईल. नोकरीतील राखीव जागांमुळे एका पातळीवर स्त्री-पुरुष प्रशासकीय सत्तासंबंधात लोकशाही आणू शकतील; परंतु समता मात्र येणार नाही, असे भाजप सरकारचे धोरण होते. ही सरकारची धोरणे आहेत. पक्षांची धोरणे यापेक्षा वेगळी आहेत. सरकारच्या धोरणांमध्येही गौरवीकरण केले आहे, असे दिसते.

सारांश :

भारतातील १९५० ते २०१० या दरम्यानच्या महिलाविषयक सार्वजनिक धोरणाचे तीन गटांमध्ये वर्गीकरण झालेले दिसते. एक-कल्याणकारी चौकटीत कायदे तयार करणे व आयोगांची नेमणूक करणे हा महिला धोरणाचा गाभा होता. राज्यघटनेतील समतेचे तत्त्व मात्र धोरणात उतरले नाही. दोन-महिला संघटना, दबाव गट, राजकीय पक्ष, आंतरराष्ट्रीय वातावरण यांच्या प्रभावामुळे भारत सरकारने कल्याणकारी महिला धोरणाच्या जागी विकासलक्ष्यी महिला धोरण आणले. या प्रकारच्या धोरणाचा काळ १९७५ ते १९९० या दरम्यानचा होता. तीन-१९९० नंतर महिला सबलीकरण धोरण

आखले गेले. हे धोरण काँग्रेस व भाजप यांनी पुढाकार घेऊन आखले. या दोन पक्षांच्या धोरणात फार फरक नव्हता. मात्र काँग्रेस-भाजपसह सर्वच पक्षातील ओबीसी, अनुसूचित जाती, जमाती आणि मुस्लिम कार्यकर्त्यांनी व नेत्यांनी काँग्रेस व भाजप या प्रमुख दोन पक्षांच्या महिला धोरणाला विरोध करत पर्यायी धोरण सुचविले. ओबीसी, अनुसूचित जाती व मुस्लिम कार्यकत्यांनी व नेत्यांनी सुचविलेले महिलाविषयक धोरण काँग्रेस व भाजप यांच्या धोरणापेक्षा वेगळे आहे. त्यामुळे कृषी व औद्योगिक क्षेत्रांत धोरणांविषयक पर्यायांचा अभाव दिसतो. तसा अभाव महिलाविषयक धोरणाच्या संदर्भात दिसत नाही.

संदर्भ

१. चव्हाण वैशाली, २००३ भाजपचे महिला धोरण, परिवर्तनाचा वाटसरू, १६ मे ते ३१ मे २००३, पृष्ठ क्रमांक २९ ते ३१.

२. भागवत विद्युत, २००४, 'स्त्री-प्रश्ना'ची वाटचाल, प्रतिमा प्रकाशन, पुणे

३. पाटील भारती, १९९९, स्त्रियांचा सत्तेतील सहभाग, सबलीकरणाच्या प्रक्रियेतील महत्त्वाचा वाटा, साधना, २ जानेवारी १९९९.

११

राष्ट्रीय पातळी : महिलांना राजकीय वगळण्याची प्रक्रिया

प्रस्तुत पुस्तकामध्ये महाराष्ट्र विधानसभा पातळीवर राजकारणात कृतिशील असलेल्या महिलांच्या माहितीचे (डेटा) शास्त्रीय पद्धतीने विश्लेषण केले आहे. माहितीचे संकलन निवडणूक आयोगाच्या संकेतस्थळावरून केले आहे. परंतु माहितीचे वर्गीकरण मात्र निवडक निकषाच्या आधारे शास्त्रीय पद्धतीने केले आहे. राजकीय घटक म्हणून मतदारसंघ, पक्ष, मिळालेली मते, कॅबिनेट मंत्री, राज्यमंत्री, उपमंत्री, राजकीय चळवळ, पक्ष संघटनेतील स्थान आणि गटांमधील सहभाग या मुद्यांचा त्यामध्ये समावेश केला आहे. राजकीय घटकांच्या खेरीज सामाजिक घटकांचा सहसंबंध अभ्यासण्यासाठी महिला सदस्यांची जात, महिला आमदारांचा धर्म, महिला-पुरूष घटकानुसार आमदारांचे वर्गीकरण या घटकांचा समावेश केला आहे. राजकीय अर्थकारण आणि महिला आमदार यांचा संबंध घराणे, उत्पन्नाचे मार्ग आणि राज्यसंस्थेचे कायदे यांच्या आधारे जोडला आहे. अशा घटकांच्या आधारे माहितीचे वर्गीकरण केले आहे. यामुळे हा अभ्यास राजकीय प्रक्रियेच्या संदर्भात केलेला अभ्यास आहे. राजकीय प्रक्रियेमधील राजकीय समाजशास्त्र, राजकीय अर्थकारण, राजकीय चळवळ आणि राजकीय इतिहास अशा मोठ्या चार घटकांचे विश्लेषण महिलांच्या संदर्भात केले आहे. शिवाय उदारमतवाद आणि स्त्रीमुक्तीवाद या दोन विचारप्रणालीत्मक तंत्राचा विश्लेषणासाठी वापर केला आहे. स्थानिक शासन संस्था किंवा लोकसभा, राज्यसभा, विधानसभा, विधान परिषद या संस्था उदारमतवादाचा एक आविष्कार आहेत. याचाच अर्थ १९६२ ते २००९ या दरम्यानच्या महाराष्ट्र विधानसभा पातळीवरील महिलांच्या राजकीय कृतिप्रवणतेचा हा आलेख म्हणजे त्यांचा उदारमतवादी संस्थामधील राजकीय सहभाग होय. या उदारमतवादी संस्थानी महिलांना किती वाटा दिला, मिळालेला वाट्यावर कोणाचे नियंत्रण होते काय? या व्यापक प्रश्नाच्या चौकटीत निष्कर्ष नोंदविले आहेत.

राजकीय वगळण्याची प्रक्रिया :

१९६० ते २०११ पर्यंतच्या महाराष्ट्र विधानसभा निवडणुकीतील महिलांच्या माहितीची मांडणी केली आहे. त्या माहितीमधून राजकीय वगळण्याची प्रक्रिया (Political Exclusion) आणि स्थानिक शासन संस्थेच्या आकडेवरीवरून राजकीय समावेशन प्रक्रिया दिसून येते. राजकीय वगळण्याची प्रक्रिया ही संकल्पना एखाद्या समूहाला जाणीवपूर्वक राजकारणात समाविष्ट किंवा अंतर्भूत न करण्याशी संबंधित आहे. या संकल्पनेत महिलांच्या राजकीय, आर्थिक, व सामाजिक अभावाचा तपशीलवार अभ्यास करण्यावर लक्ष केंद्रित केलेले असते. राजकीय कृतींमध्ये सहभाग घेण्यास समाजाने नाकारलेले असते किंवा त्या समूहाचा सहभाग मर्यादित केलेला असतो. महिला समूहांच्या संदर्भात असे दिसते की राजकारण या क्षेत्रात महिलांचा प्रवेश समाजाने मर्यादित केला आहे. राजकीय क्षेत्रात कृती करण्यास समाजाची अधिमान्यता नाही. हा लिंगभेद या प्रक्रियेचा परिणाम आहे. या प्रक्रियेमध्ये महिला समूहाचे व्यवस्थितपणे हितसंबंधात्मक नुकसान केले गेले आहे. आजीविक नुकसान केलेले आहे. संरचनात्मक आणि पितृसत्ता या वैचारिक बळाच्या संयोगातून राजकीय वगळण्याची प्रक्रिया घडली आहे.

उदारमतवादी संकल्पना :

महिलांच्या सत्तासंघर्षांचा आलेख या पुस्तकामध्ये महिलांच्या राजकीय क्षेत्रातील वगळण्याच्या संकल्पनेचा आणि राजकीय समावेशन संकल्पनेचा महाराष्ट्र विधान सभा आणि स्थानिक स्वराज्य संस्था यांच्या संदर्भात अभ्यास केला आहे. या अभ्यासाची चौकट उदारमतवादी आहे. कारण राज्याच्या विविध संस्थामधील सहभाग हा उदारमतवादाचा एक आविष्कार असतो. जिल्हा लोकल बोर्ड, ग्रामपंचायत, पंचायत समिती, जिल्हा परिषद, महापालिका, नगरपालिका, विधानसभा, विधान परिषद, लोकसभा, राज्यसभा, मंत्रिमंडळातील कामकाज अशा विविध गोष्टींचा समावेश उदारमतवादात होतो. या पातळीवर राजकारण करण्यासाठी प्रयत्नशील राहिलेल्या रमाबाई रानडे आणि शारदाबाई पवार या दोन महिला होत्या. या दोघीचे महाराष्ट्रातील महिलाराजकारणासंदर्भात मोठे कार्य आणि कल्पना होत्या. रमाबाई रानडे आणि शारदाबाई पवार यांनी सार्वजनिक जीवनात उपयोगात आणलेल्या कल्पनांची आरंभी ओळख करून दिली आहे. कारण रमाबाई रानडे आणि शारदाबाई पवार यांच्या सार्वजनिक जीवनातील राजकीय कल्पनांचा संबंध आधुनिक उदारमतवादाशी मिळता-जुळता आहे. राजकीय क्षेत्रात महिलाच्या मताधिकाराची कल्पना एकोणिसाव्या शतकाच्या

आरंभी मांडण्यात आली. एकोणिसाव्या शतकाच्या तिसऱ्या दशकात मताधिकारांची कल्पना कायद्यामध्ये रूपांतरीत झाली. या कल्पनेचा आग्रह रमाबाई रानडे यांनी धरला होता. त्यासाठी रमाबाई रानडे यांनी आंदोलन देखील केले. महिलांचे कार्यक्षेत्र 'चूल आणि मूल' असे मर्यादित केले होते. या कल्पनेच्या बाहेर रमाबाई रानडे आणि शारदाबाई पवार पडल्या होत्या. या दोघींनीही 'चूल आणि मूल' या शिवाय राजकारण व समाजकारण हे महिलांचे कार्यक्षेत्र आहे, अशी कक्षा विस्तारीत केली होती. या दोघींनीही महिला पुरुषांच्या बरोबरीने राजकारण करू शकतात. अशा प्रकारची कल्पना व्यवहारात उतरवली. राजकारण म्हणजे शासन व्यवहार असतो. राजकारणाचे क्षेत्र हे मतभिन्नतेचे म्हणजेच वादाचे क्षेत्र असते. तेथे हितसंबंधांचा, अस्मितांचा आणि सत्तेच्या वाट्याचा वाद असतो. हे वादाचे क्षेत्र सदसद्विवेकाचे क्षेत्र असते. तेथे चांगल्या जीवनासाठी निर्णय घेतले जातात. अशा राजकीय क्षेत्रात महिलांच्या समावेशनाची कल्पना मताधिकारांच्या मुद्यापासून सुरू होते. त्यामध्ये रमाबाई रानडे यांचा सहभाग होता. शारदाबाई पवार यांनी शासन व्यवहार, मतभिन्नता, वादाची क्षेत्रे यामध्ये लोकल बोर्डच्या मार्फत सहभाग घेतला होता. त्यामुळे शारदाबाई पवार या ग्रामीण उदारमतवादाचा एक आविष्कार ठरतात. या उदारमतवादी कल्पनांचा प्रभाव शरद पवार यांच्यावर त्यांच्या आई शारदाबाई पवार यांच्यामार्फत झाला. शरद पवार यांनी स्थानिक शासन संस्थातील महिलांच्या ३० टक्के, ३३ टक्के आणि ५० टक्के आरक्षणाचे समर्थन केले. स्थानिक शासन संस्थातील महिलांच्या ३० टक्के, ३३ टक्के आणि ५० टक्के आरक्षणाच्या निर्णयनिश्चितीसाठी प्रयत्न केले. त्यामुळे स्थानिक पातळीवर महिलांच्या राजकीय समावेशनाची प्रक्रिया घडून आली. न्या. महादेव गोविंद रानडे यांचा प्रभाव रमाबाई रानडे यांच्यावर होता. रमाबाई रानडे यांचा प्रभाव शारदाबाई पवार यांच्यावर होता. शारदाबाई पवार यांचा प्रभाव शरद पवार यांच्यावर आहे. यावरून न्या. महादेव गोविंद रानडे यांच्या महिलांच्या संदर्भातील सामाजिक सुधारणेचा हा विस्तार दिसतो, असा निष्कर्ष काढता येतो.

याबरोबरच महिला मुक्तीचे प्रारूप सावित्रीबाई फुले, ताराबाई शिंदे, जनाक्का शिंदे व पंडिता रमाबाई यांच्या विचारातून घडलेले आहे. भारतीय समाजात श्रमाची विभागणी लिंगभेदावर आधारलेली आहे. यामुळे महिला या कामगार आहेत. महिलांची दडपणूक कुटुंबसंस्था, जातीसंस्था यामुळे होते. या शोषणाच्या संरचनात्मक रचनेची समीक्षा वर नोंदविलेल्या महिलांनी केली. असा मूलभूत फरक उदारमतवादी कल्पनांमध्ये व स्त्री मुक्तीच्या कल्पनांमध्ये आहे. यापैकी उदारमतवादी कल्पनांच्या चौकटीमध्ये महिलांना कसे वगळण्यात आले (Exclusion) हे महाराष्ट्र विधानसभा पातळीवरील

महिलांच्या राजकीय सहभागातून दिसून येते. महाराष्ट्र विधानसभा पातळीवरिल महिलांना मोठ्या प्रमाणात राजकीय सहभागापासून वगळण्यात आले. त्याचा सहभाग ३.७२ टक्के इतका मर्यादित करण्यात आला. प्रत्येक माणूस समाजात राहतो व तो सामाजिक प्राणी असतो. ही सामाजिक असण्याची कल्पना महिलांसाठी पुरुष नाकारतात. सामाजिक असणे म्हणजे त्याने राजकारण करणे हे देखील गृहीतच आहे. स्त्रिया सामाजिक आहेत हे नाकारल्यामुळे त्यांचा राजकारणातील सहभागही नाकारला गेला आहे. महाराष्ट्र विधानसभेच्या संरचनात्मक पातळीवरती आणि लिंगभेदाच्या वैचारिक कल्पनेवरती आधारित राजकारण हे क्षेत्र पुरुषांचे राखीव क्षेत्र मानले गेले. या क्षेत्रात महिलांनी सहभागी होण्यास पुरुषसत्ताक विचारप्रणालीने वैचारिक पातळीवर नकार दिला. यामुळे महिलांचे महाराष्ट्र विधानसभा पातळीवरील समावेशन (Inclusion) झाले नाही.

पोकळ भौतिक पाया :

महिलांचा भौतिक पाया पोकळ आहे. त्यामुळे त्यांचे राजकारणावर नियंत्रण नाही. पितृसत्ताक ही संकल्पना समाजातील पुरुषप्रधान व्यवस्थेला निर्देशित करते. कुंटुंबातील पुरुष प्रमुखाची सत्ता अशा अर्थाच्या लॅटिन शब्दापासून पॅट्रिआर्की (पितृसत्ताकता) हा शब्द आला आणि तो कुंटुंबातील स्त्रिया, मुले आणि इतर अवलंबित यांच्यावरिल पुरुषाच्या सत्तेचा निदर्शक आहे. पुरुषाच्या घरातील सत्तेची तो संपुर्ण समाजातील पुरुषाच्या सत्तेशी सांगड घालतो (गेल ऑम्व्हेट, १९८९, २०). उदा. विविध संस्था व संघटना किंवा रचना इ. याचा परिणाम महाराष्ट्र विधानसभेच्या संदर्भात झालेला दिसतो. म्हणजेच समाजातील स्त्रियांचे शोषण आणि दडपणूक केवळ लैंगिक भूमिकांतील फरकाची बाब ठरत नाही. स्त्रियांच्या शोषण आणि दडपणुकीची पद्धतशीर रचना असते. अशा प्रकारच्या पिळवणुकीस किंवा दडपणुकीस पुरुषांच्या वैचारिक प्रभुत्वाबरोबर एक भौतिक पाया देखील असतो, असे दिसते. १९६२ ते २००९ या दरम्यानच्या महाराष्ट्र विधानसभेतील निवडून आलेल्या महिलांच्या राजकारणास भौतिक पाया आहे. उच्च मध्यम वर्गीय, व्यापारी, उद्योगधंदा, श्रीमंत शेतकरी किंवा राज्यकर्त्या पुरुषाची पत्नी, मुलगी, आई किंवा बहीण आमदार म्हणून निवडून आली आहे. उत्पादनांच्या साधनांवर महिलांचे नियंत्रण नाही. त्यामुळे कुटुबांची साधनसामुग्री त्यांच्या राजकारणासाठी वापरण्यास महिलांना संधी दिली जात नाही. यामुळे जिल्हा परिषद किंवा मनपामध्ये देखील महिलांना राजकीय सत्तेत ऐंशीच्या दशकापर्यंत प्रवेश मिळाला नव्हता. यास केवळ भौतिक पाया महिलांचा पोकळ असणे हीच घटना

जबाबदार ठरते. उदा. भारतात महिला न्यायाधिशाची टक्केवारी केवळ ६.२० टक्के आहे.

तक्ता क्र. ११.१

लिंग व निवासस्थानानुसार कामच्या गतिशील सहभाग-प्रक्रियेचा भारतातील दर महाराष्ट्र (टक्केवारी), २००१

कार्यप्रवण व्यक्तींचा सहभाग-दर (अस्थायी)									
	ग्रामीण			शहरी			एकत्रित		
	स्त्री	पुरुष	एकूण	स्त्री	पुरुष	एकूण	स्त्री	पुरुष	एकूण
भारत	३०.९८	५२.३६	४१.९७	११.५५	५०.८५	३२.२३	२५.६८	५१.९३	३९.२६
महाराष्ट्र	४३.६१	५३.९३	४८.८८	१२.५७	५२.४३	३३.८५	३०.८१	५३.२८	४२.५०

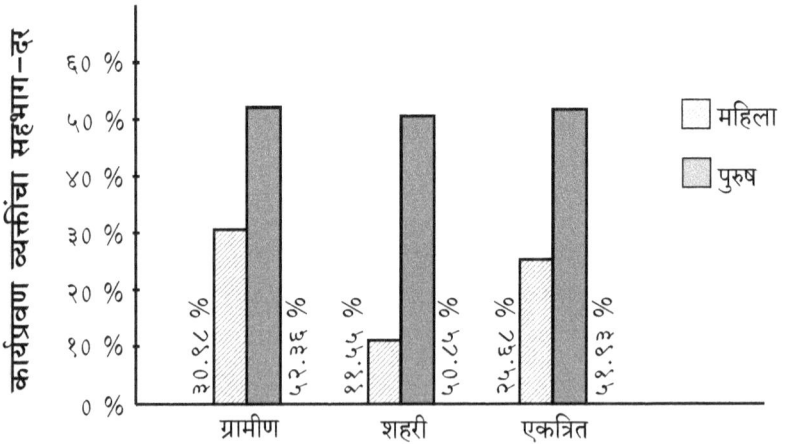

स्त्रोत : इंडिया, मिनिस्ट्री ऑफ स्टॅटिस्टिक्स् ॲन्ड प्रोग्रॅम इम्प्लिमेंटेशन, सेंट्रल स्टॅटिस्टिकल ऑर्गनायझेशन, (२००३), विमेन ॲन्ड मेन इन इंडिया २००२, न्यू दिल्ली, पी.४१

तक्ता क्र. ११.२

भारतीय प्रशासकीय नोकऱ्यांतील महिलांचे प्रमाण

राष्ट्र राज्य		आयएएस			आयपीएस			आयएम एस		
	संख्या टक्के	महिला	पुरुष	एकूण	महिला	पुरुष	एकूण	महिला	पुरुष	एकूण
भारत	संख्या	५७१	४२१९	४७९०	१५०	३०५९	३२०९	११४	२५३४	२६४८
	टक्के	११.९२	८८.०७	१००	४.६७	९५.३२	१००	४.३०	९५.६९	१००
महाराष्ट्र	संख्या	४४	२९६	३४०	८	१८०	१८८	७	१६४	१७१
	टक्के	१२.९४	८७.०५	१००	४.२५	९५.७४	१००	४.०९	९५.९०	१००

राजकीय समावेशनासाठी आरक्षण धोरण :

राजकीय समावेशनासाठी आरक्षण धोरण या संदर्भातील मुंबई, औरंगाबाद, नागपूर महानगरपालिका व रायगड आणि अमरावती जिल्हा परिषद ही काही मोजकी उदाहरणे पुरावा म्हणून पुढील प्रमाणे आहेत.

अ) महानगरपालिका पातळीवरील महिलांचे राजकीय समावेशन :

मुंबई मनपामध्ये देखील महिलांना सत्तेत वाटा मिळण्यास नव्वदीचे दशक उजाडावे लागले. नव्वदीच्या दशकातील ७३ व्या आणि ७४ व्या घटनादुरुस्ती नंतर महिलांना स्थानिक शासन संस्थांमध्ये आरक्षणाच्या धोरणामुळे सत्तेत वाटा मिळाला. काँग्रेस पक्षाकडून सुलोचना म. मोदी या केवळ एका महिलेस पन्नासीच्या दशकात महापौरपद दिले गेले होते (१९५६-१९५७). त्या काँग्रेस पक्षाकडून मुंबईच्या पहिल्या महापौर झाल्या होत्या. त्यानंतर थेट नव्वदीचे दशक उजाडावे लागले. नव्वदीच्या दशकात काँग्रेस पक्षाकडून निर्मला सावंत यांना महापौर पद दिले गेले होते (१९९४-१९९५). यानंतर मुंबई मनपामधील काँग्रेस पक्षाची परंपरा खंडित झाली. शिवसेना पक्षाच्या विशाखा राऊत (१९९७-१९९८), शुभा राऊळ (२००७-०९) आणि शारदा जाधव (१ डिसेंबर २००९- ८ मार्च २०१२) या तीन महिला महापौर झाल्या होत्या. यापैकी विशाखा राऊत यांना मनोहर जोशी यांचा पाठिंबा होता. शुभा राऊळ आणि शारदा जाधव यांना राजकीय पार्श्वभूमी नव्हती. शारदा जाधव यांचे सासरे नगरसेवक होते. जाधव यांचा मनोहर डेकोरेटर आणि ट्रॅव्हल एजन्सी हा व्यवसाय होता. तर दहिसरच्या शुभा राऊळ पेशाने डॉक्टर होत्या. म्हणजेच शिवसेनेच्या तीन महिला राजकीय अर्थकारणाच्या संदर्भात शिवसेनेवर अवलंबून होत्या. त्यांच्याकडे स्वत:ची मोठी साधनसामुग्री नव्हती.

मुंबई प्रमाणेच दुसरे उदाहरण मराठवाडा विभागातील औरंगाबाद मनपाचे आहे. इथेही नव्वदीच्या दशकात महिलांना सत्तेत सहभाग मिळाला होता. नव्वदीच्या दशकापर्यंत त्यांना सत्तेतून वगळण्यात आले होते. नव्वदीच्या दशकात शिवसेनेच्या सुनंदा कोल्हे (मुकुंदवाडी वॉर्ड) या महापौर झाल्या होत्या (१९९५). यानंतर शीला गुंजाळ (१९९८-९९) या शिवसेना पक्षाकडून औरंगाबाद मनपाच्या महापौर झाल्या होत्या. गुंजाळ या शेतकरी कुटुंबातील होत्या. त्या पुढे राजकारणातून बाहेर गेल्या. शिवसेना पक्षाने विमल राजपूत यांना २००२-२००४ या दरम्यान महापौर पद दिले. यानंतर रुक्मिणी शिंदे (२००४-२००५) या शिवसेना पक्षांच्या महापौर झाल्या होत्या. अनिता घोडेल या देखील शिवसेना पक्षाकडून महापौर झाल्या(२०१०-२०१२). औरंगाबाद मनपामध्ये एकूण सहा महिला महापौर झाल्या. या सहा महिलांना सत्तेत सहभागी होण्याची संधी राखीव जागांमुळे मिळाली.

नागपूर मनपामध्येदेखील महिलांना सत्तेत सहभाग नव्वदीच्या दशकात मिळाला. २४ जुलै १९५२ रोजी शेषराव वानखेडे पहिले महापौर झाले. १९५२ ते १९९६ पर्यंत ३८ महापौर पुरुष झाले. त्यामध्ये महिलांना संधी दिली गेली नाही. साडेचार दशकानंतर नागपूर मनपामध्ये काँग्रेस पक्षाच्या कुंदाताई विजयकर (५ फेब्रुवारी १९९६) महापौर झाल्या. त्यानंतर डॉ.कल्पना पांडे, वसुंधरा मासुरकर, पुष्पा घोडे, माया इवनाते, अर्चना डेहनकर या पाच महिला भाजपकडून महापौर झाल्या. या महिला महापौरांवरती भाजप पक्षाचे नियंत्रण होते. मुंबई आणि औरंगाबाद येथे शिवसेना पक्षाकडून तर नागपूर येथे भाजप पक्षाकडून महिला महापौर झाल्या.

ब) जिल्हापरिषद पातळीवरील महिलांचे राजकीय समावेशन :

रायगड जिल्हापरिषदेवर शेकापचे नियंत्रण बरेच दिवस होते. प्रभाकर पाटील ११ वर्षं जिल्हा परिषद अध्यक्ष होते. या जिल्हापरिषदेत ब्राह्मण, आगरी इ. जातीचे जिल्हापरिषद अध्यक्ष झाले. मात्र, महिलांकडे जिल्हापरिषद पातळीवरिल सत्ता सरकण्यास नव्वदीचे दशक उजडावे लागले. शेकापच्या सुप्रिया जयंत पाटील २१ मार्च १९९९ ते २० मार्च २००२ मध्ये पहिल्या जिल्हापरिषद अध्यक्ष झाल्या. अपेक्षा कारेकर २१ मार्च २००२ ते १७ फेब्रुवारी २००५ मध्ये जिल्हापरिषद अध्यक्ष होत्या. त्यानंतर नीलिमा धैर्यशील पाटील २१ मार्च २००७ ते २९ नोव्हेंबर २००९ मध्ये जिल्हापरिषद अध्यक्ष होत्या. स्थानिक संस्थातील आरक्षणानंतर दोन दशके उलटली तरी जिल्हापरिषदेत अनुसूचित जातींचा अध्यक्ष झाला नाही. २१ मार्च २०१२ रोजी अनुसूचित जातीगटातील जिल्हापरिषद अध्यक्ष झाल्या.

रायगड जिल्हापरिषदेप्रमाणेच अमरावती जिल्हापरिषदेतदेखील महिलांना सत्तेत सहभाग नव्वदीच्या दशकात मिळाला. १९९४ मध्ये सुमन सरोदे या पहिल्या जिल्हापरिषद अध्यक्ष झाल्या. त्या तीन महिने प्रभारी जिल्हापरिषद अध्यक्ष होत्या. त्यानंतर उषा बेठेकर (१९९७-१९९८), विद्या वाटाणे (१९९९-२०००), उषा उताणे (२००५-२००७) या काँग्रेस पक्षाच्या महिला जिल्हापरिषद अध्यक्ष झाल्या. तर राष्ट्रवादी काँग्रेस पक्षाच्या सुरेखा ठाकरे (२०००-२००२) या जिल्हापरिषद अध्यक्ष झाल्या. या उदाहरणांवरून असे दिसते की महिलांना राजकीय पक्षांनी राजकीय सत्तेमध्ये संधी दिली. ही संधी त्यांना थेट नव्वदीच्या दशकात मिळाली. या महिलांना स्वत: पुढाकार घेऊन संधी मिळविता आली नाही. रायगड व अमरावती जिल्हापरिषदांप्रमाणेच बुलढाण्यातदेखील महिलांना सत्तेत सहभाग नव्वदीच्या दशकात मिळाला. नंदा कायंदे (१९९७-९८), अनिता रणबावरे (२००५-२००७) व वर्षा वनारे (चालू) यांना काँग्रेस पक्षाने जिल्हापरिषद अध्यक्ष केले (२०१२).

मुंबई, औरंगाबाद, नागपूर मनपामधील आणि रायगड, अमरावती, बुलढाणा जिल्हापरिषदेतील महिलांच्या राजकीय सहभागाच्या माहितीवर आधारित संपूर्ण राज्यपातळीवरील सामान्यीकरण झालेली तत्त्वे दिसतात. १) महिलांना नव्वदीच्या दशकापर्यंत राजकीय सत्तेत वाटा मिळाला नाही. त्यांना सत्तेपासून वगळण्यात आले. २) महिलांना नव्वदीच्या दशकात आरक्षणामुळे राजकीय सत्तेत वाटा मिळाला. ३) १९९० नंतर महिलांची राजकीय समावेशन प्रक्रिया सुरू झाली. एप्रिल २०११ मध्ये ५० टक्के आरक्षण स्थानिक शासन संस्थांमध्ये महिलांसाठी ठेवण्यात आले (महाराष्ट्र टाईम्स १४ एप्रिल २०११). त्यामुळे ५० टक्के स्थानिक शासन संस्थांतील प्रतिनिधी महिला आहेत. ग्रामपंचायतींमध्ये एक लाख १४ हजार महिला सदस्य असतील. तसेच ५० टक्के सरपंच, सभापती, जिल्हा परिषदेचे अध्यक्ष, महापालिकेचे महापौर आणि नगराध्यक्ष पदे महिलांसाठी राखीव झाली आहेत. यामुळे इथे असा प्रश्न उपस्थित करता येईल की, किती महिलांच्या नेतृत्वाचा विकास झाला. महिला राजकारणात किती काळ टिकून राहिल्या. गेल्या दोन दशकांमध्ये महिला राजकारणात सातत्याने यशस्वी झाल्याची उदाहरणे फार कमी आहेत. यांचे कारण वॉर्ड रचना बदलते. शिवाय महिला आरक्षण त्या वॉर्डातील दुसऱ्या वॉर्डमध्ये सरकते. यामुळे महिलांना नव्याने वॉर्डची बांधणी करावी लागते. महिला वॉर्डची बांधणी करत नाहीत. राजकीय पक्षांनी किंवा राजकीय घराण्यांची बांधणी केलेल्या वॉर्डमध्ये महिला राजकीय स्पर्धा करत असतात. त्यामुळे महिला नेतृत्वाचा विकास सातत्याने होत नाही. यांचे उदाहरण म्हणजे सातारा, सांगली, कोल्हापूर येथील ३०० ग्रांपंचायतीचे सर्वेक्षण केले आहे. येथील ३०० ग्रापंचायतीमध्ये १८८० महिला होत्या. त्यापैकी ७५० महिला

प्रत्यक्ष सत्तेवर होत्या. त्यापैकी केवळ ७५-८० महिलांना दुसऱ्यावेळी उभे राहाण्याची संधी मिळाली. यापैकी केवळ पाच टक्के महिला पुन्हा निवडून आल्या (विजय चोरपाटे, प्रहार, २ मार्च २०११). अशा प्रकराचा निष्कर्ष महानगर पालिकेत निवडून येणाऱ्या महिलांच्या संदर्भात वैशाली पवार यांनी काढला होता (पवार वैशाली, २००७).

राष्ट्रीय राजकारण आणि महिला :

स्थानिक शासनसंस्था आणि राज्याच्या राजकारणाप्रमाणे राष्ट्रीय पातळीवरील राजकारणात देखील महिलांना वगळण्याची प्रक्रिया घडली होती. १९५२ च्या सार्वत्रिक निवडणुकीच्यावेळी जवळजवळ तीस लाख महिलांची नावे मतदारांच्या यादीत नोंदविली नव्हती. मताधिकाराचे महत्त्व शहरातील फारथोड्या महिलांना माहीत होते. मताच्या परिणामाची जाणीव महिलांमध्ये नव्हती. १९७१ च्या निवडणुकीत महिलांचा राजकारण विषयक दृष्टिकोन मोठ्या प्रमाणावर बदला. हिंदी भाषिक राज्यात महिलांनी 'गरीबी हटाव' या घोषणेला मते दिली. इंदिरा हटाव घोषणा देणाराच्या विरोधात मते नोंदवली होती. जनसंघाचे नेते इंदिरा गांधींच्या सरकारचे वर्णन विधवेचे सरकार असे करीत. ते महिलांना बिलकुल आवडत नव्हते. पेटिकोट गव्हर्मेंट (परकर घालणाऱ्यांचे सरकार) अशी पुरुषसिंहानी केलेली चेष्टा महिला मतदारांना जिव्हारी लागणारी होती. इंदिरा गांधीना माताजी म्हणण्यात येऊ लागले ते १९७१ च्या बांगलादेश युद्धानंतर. आणीबीणीच्याकाळात संजय गांधीनी कुटुंबनियोजनाबाबत सक्ती करण्याचे धोरण अवलंबिले. ते मात्र हिंदी भाषिक राज्यातील स्त्रियांना आवडले नाही. १९९१ पासून महिला मतदारांचे प्रमाण वाढत गेले. १९९१ च्या निवडणुकीमध्ये ४२.९ टक्के महिला मतदार होत्या. १९९६ च्या निवडणुकीमध्ये ४४.० टक्के महिला मतदार होत्या. १९९८ च्या निवडणुकीमध्ये ४६.९ टक्के महिला मतदार होत्या. १९९९ च्या निवडणुकीमध्ये ४७.७ टक्के महिला मतदार होत्या. २००४ च्या निवडणुकीमध्ये ४८.० टक्के महिला मतदार होत्या. १९९९ व २००४ च्या लोकसभा निवडणुकीमध्ये ५५.६ टक्के व ५३.५ टक्के इतके मतदान महिलांनी केले होते. याचा अर्थ ५० टक्क्यांहून अधिक महिलांनी आपला मतदानाचा हक्क वापरला होता. महिलांनी भाजपच्या तुलनेत काँग्रेस व डाव्या आघाडीला झुकती मते दिली होती. त्यामुळे महिला-पुरुष या लिंगभेद घटकावर आधारित मतदानाचे विश्लेषण योंगेद्र यादव व राजेश्वरी देशपांडे यांनी केले आहे. त्यामधून त्यांनी असा कल दाखवून दिला आहे की, भाजपच्या तुलनेत काँग्रेस व डाव्या आघाडीला महिलांनी जास्त मतदान केले आहे (पहा तक्ता ११.४).

तक्ता क्र.११.३

लोकसभा निवडणुकातील महिलांचा सहभाग

निवडणूक वर्ष	विजयी महिला	एकूण सदस्य संख्या	टक्केवारी
१९५२	२२	४८९	४.४
१९५७	२७	४९४	५.४
१९६२	३४	४९४	६.७
१९६७	३१	५२०	५.९
१९७१	२३	५४२	४.२
१९७७	१९	५४२	३.४
१९८०	२८	५४२	५.१
१९८४	४४	५४३	८.१
१९८९	२८	५४३	५.३
१९९१	३६	५४३	७.१
१९९६	३४	५४३	६.३
१९९८	४३	५४३	७.९४
१९९९	४९	५४३	९०२
२००४	४५	५४३	८.२८
२००९	५९	५४३	१०.८६
एकूण	५२२	७९८८	

भारतात लोकसभा पातळीवरदेखील महिलांना राजकिय क्षेत्रातून वगळण्याची प्रक्रिया झालेली दिसून येते. १९५२ ते २००९ याकाळात लोकसभेच्या एकूण १५ सार्वत्रिक निवडणूका झाल्या. त्यामध्ये एकूण ८५१० खासदार निवडून आले. त्यापैकी ७९८८ पुरुष खासदार (९३.८६%) होते. ५२२ (६.१३%) महिला खासदार झाल्या. याचाच अर्थ महिलांना लोकसभा पातळीवर समान अधिकार, हक्क, सहभाग घेण्याचा अधिकार राज्यघटनेने दिला. परंतू प्रत्यक्षात त्यांची राजकिय क्षेत्रातून वगळण्याचीच प्रक्रिया घडली असे ११.३ तक्त्यातील संख्याशास्त्रीय माहितीच्याआधारे म्हणता येते. ३.४ टक्के ते १०.८६ टक्क्यांच्या दरम्यान महिलांचा राजकिय सहभाग मर्यादित करण्यात आला. कायद्याद्वारे स्थानिक स्वराज्य संस्थांमध्ये ५० टक्के आरक्षण तर लोकसभा पातळीवर मात्र केवळ ६.१३ टक्के सहभाग. याचाच अर्थ कायद्याद्वारे महिलांचा सहभाग

वाढविता येतो. परंतु कायद्याअभावी हा सहभाग मर्यादित होतो किंवा त्यांना त्यांच्या न्याय हक्कांपासून बहिष्कृत केले जात आहे.

तक्ता क्र.११.४

पक्षनिहाय महिला–पुरुष मते

	काँग्रेस			भाजप			डावेपक्ष		
वर्ष	पुरुष	महिला	+/–	पुरुष	महिला	+/–	पुरुष	महिला	+/–
१९९६	२८	२९	+१	२२	१९	–३	०९	०९	००
१९९८	२४	२७	+३	२८	२३	–५	०६	०७	+१
१९९९	२६	३१	+५	२५	२२	–३	०७	०८	+१
२००४	२६	२७	+१	२३	२२	–१	०७	०९	+२
२००९	२८	२९	+१	२०	१८	–२	०७	०८	+१

(देशपांडे : २००४ व २००९)

संदर्भ

१. व्होरा राजेंद्र, २००३, समतेचा लढा व मध्यमवर्गाची संस्कृती, आव्हानांशी संघर्ष व परिवर्तनाची दिशा, ग.प्र.प्रधान (संपा), पुणे, भाई वैद्य अमृत महोत्सवी गौरव समिती.

२. पवार वैशाली, २००७, पश्चिम महाराष्ट्रातील महानगरपालिकांचे राजकारण, राज्यशास्त्र व लोकप्रशासन विभाग, पुणे विद्यापीठ (पीएच.डी. चा अप्रकाशित प्रबंध).

३. सिसोदिया यतीन्द्रसिंह, २०००, पंचायत राज्य आणि अनुसूचित जातीतील महिला नेतृत्व, जयपूर, रावत प्रकाशन.

४. Deshpande Rajeshwari (2004), How Gendered was women's Participation in Election 2004 ? EPW, 18 December 2004, pp 5431-5436.

५. Deshpande Rajeshwari (2009), How did women Vote in Lok sabha Election 2009 ? EPW, 26 Sept 2009, pp 83-87.

६. National Institute of Public Cooperation and Child Developments (2010), Statistics on Women in India 2010, 5, Siri Institutional Area, Hauz Khas, New Delhi, 110016.

७. महाराष्ट्र सरकार, महाराष्ट्राची आर्थिक पाहणी, २००७–२००८, मुंबई, महाराष्ट्र.

निवडक पारिभाषिक संज्ञा

Annexation	सामिलीकरण
Apolitical	अराजकीय
Assimilation	एकरस होण्याची प्रक्रिया
Consensus	सहमती
Counter Elite	प्रतिश्रेष्ठजन
Dominant Ideology	वर्चस्वशाली विचारप्रणाली
Feminism	स्त्रीमुक्तीवाद
Hegemony	वैचारिक प्रभुत्वाचे क्षेत्र
Legitimmacy	अधिमान्यता
Mobilisation	कृतिप्रवणता
Putronage	अनुग्रह
Political Apathy	राजकीय उदासीनता
Political Cynicism	राजकीय तुच्छता दृष्टी
Populism	लोकानुरंजनवाद
Political Exclusion	राजकीय वगळण्याची प्रक्रिया
Political Inclusion	राजकीय समावेशन प्रक्रिया

संदर्भसूची

१. आगलावे प्रदीप, २०००, 'संशोधन, पद्धतीशास्त्र व तंत्रे', विद्या प्रकाशन, नागपूर.

२. भवाळकर तारा, लोकसाहित्यातील स्त्री प्रतिमा, पुणे, सुगावा प्रकाशन १९९०.

३. भागवत विद्युत, रेगे शर्मिला (पहा) भारतीय समाजशास्त्र आणि स्त्री-पुरुष विषमतेचा प्रश्न, समाजप्रबोधन पत्रिका, एप्रिल-जून १९९३.

४. भागवत विद्युत २००४, 'स्त्री-प्रश्नाची वाटचाल', प्रतिमा प्रकाशन, पुणे.

५. चव्हाण वैशाली, २००७, 'पश्चिम महाराष्ट्रातील महानगरपालिकांचे राजकारण (१९९२-२००३)', राज्यशास्त्र व लोकप्रशासन विभाग, पुणे विद्यापीठ, पुणे-७. (अप्रकाशित प्रबंध)

६. दास्ताने संतोष, महाराष्ट्र २००७, दास्ताने रामचंद्र आणि कंपनी, पुणे.

७. ढेरे रा. चिं. लज्जागौरी, श्रीविद्या प्रकाशन, पुणे- १९८८.

८. गेल ऑमव्हेट, 'ज्योतिबा फुले आणि स्त्री-मुक्तीचा विचार', लोक वाङमय गृह, मुंबई- १९९०.

९. गुरू गोपाळ - महाराष्ट्राचे महिला धोरण, राज्याचा नियंत्रित स्त्री-मुक्तीवाद समाज प्रबोधन पत्रिका, जुलै-ऑगस्ट-सप्टेंबर १९९४

१०. जैन प्रतिभा व शर्मा संगीता (संपा.) 'भारतीय स्त्री', रावत पब्लिकेशन, जयपूर १९९८.

११. जुन्नरकर वनमाला, १९९४, 'दंगलीमधील हिंसाचारात स्त्रियांचा सहभाग : 'स्वाधार'चा अहवाल' नवभारत, एप्रिल-मे-जून.

१२. कामत अ. र., १९८२, स्वातंत्र्योत्तर भारतातील सामाजिक बदल, पुणे, मागोवा प्रकाशन.

१३. प्रा.लोखंडे धनंजय, महिला सबलीकरण विशेषांक, पुणे विद्यापीठ वार्ता, एप्रिल-मे-जून २००२.

१४. महाराष्ट्र शासन २००२, 'मानव विकास अहवाल, महाराष्ट्र शासन, मुंबई'.

१५. महाराष्ट्र राज्य सांख्यिकी गोषवारा : १९८१-८२, १९८६, मुंबई, अर्थ व सांख्यिकी संचालनालय', महाराष्ट्र शासन.

१६. महाराष्ट्र शासन १९६२, १९६७, १९७२, १९७८, १९८०, १९८५, १९९०, १९९५, १९९९, २००४ विधानसभा व विधानपरिषद सदस्यांचा परिचय, मुंबई.

१७. महाराष्ट्र विधानमंडळ, १९९६, महाराष्ट्र विधानपरिषद सदस्यांची यादी, मुंबई.

१८. महाराष्ट्र शासन १९९८, शिवशाहीर चार वर्षे, मुंबई, माहिती व जनसंपर्क संचालनालय.

१९. महाराष्ट्र : मानव विकास अहवाल : २००२ मुंबई, महाराष्ट्र राज्य.
२०. महाराष्ट्र : राज्य निवडणूक आयोग, रिपोर्ट १९९४-२००३, २००४, मुंबई, महाराष्ट्र शासन.
२१. महाराष्ट्र शासन : महिला धोरण, २००१, (http://maharashtra.gov.in या वेबसाईटवरून महिला धोरण मिळविले आहे.)
२२. पवार प्रकाश, २००२, 'महिलांचा स्वातंत्र्य चळवळीतील सहभाग', (बा. रा. घोलप महाविद्यालय, सांगवी, चर्चासत्रातील अप्रकाशित लेख).
२३. फडके य. दि., विसाव्या शतकातील महाराष्ट्र, खंड पहिला, श्रीविद्या प्रकाशन, पुणे, एप्रिल १९८९
२४. फडके य. दि., विसाव्या शतकातील महाराष्ट्र, खंड दुसरा, श्रीविद्या प्रकाशन, पुणे, एप्रिल १९८९
२५. फडके य. दि., विसाव्या शतकातील महाराष्ट्र, खंड तिसरा, श्रीविद्या प्रकाशन, पुणे, एप्रिल १९९१
२६. फडके य. दि., विसाव्या शतकातील महाराष्ट्र, खंड चौथा, श्रीविद्या प्रकाशन, पुणे, एप्रिल १९९३
२७. फडके य. दि., विसाव्या शतकातील महाराष्ट्र, खंड पाचवा, श्रीविद्या प्रकाशन, पुणे, एप्रिल १९९७
२८. फडके य. दि., १९९९, 'लोकसभा निवडणुका १९५२ ते १९९९' अक्षर प्रकाशन ४२, मुंबई ६२-७३.
२९. सुमंत यशवंत, १९९९, 'स्त्री मुक्तीची पहाट', 'मिळून साऱ्याजणी'. पुणे.
३०. सिरसीकर व. म., २००१, आधुनिक महाराष्ट्राचे राजकारण, कॉन्टिनेन्टल प्रकाशन, पुणे.
३१. व्होरा राजेंद्र, सुहास पळशीकर, १९९५, 'महाराष्ट्रातील सत्तांतर', ग्रंथाली प्रकाशन, मुंबई.
३२. वेबसाईट : निवडणूक आयोगाची www.eei.gov.in.
३३. Empowerment from Below : Learning from the Grassworks in Kabeer, Naila Reversed Realities, Gender Hierarchies in Department Thought, Verso 1994.
३४. National Policy for the Empowerment of Women, 2001, Department of Women and Child Development, Govt. of India.
३५. Sen Amartya, 2004 Social Exclusion, Critical Quest, New Delhi.

लेखक परिचय

डॉ. वैशाली प्रकाश पवार

(एम.ए., एम.फिल., पीएच.डी.)

पुणे विद्यापीठातील 'राज्यशास्त्र व लोकप्रशासन विभाग' येथून पदव्युत्तर एम.ए.चे शिक्षण पूर्ण केले. 'पिंपरी-चिंचवड शहराचे राजकारण' हा विषय घेऊन एम.फिल. पदवी मिळवली. तसेच त्यानंतर 'पश्चिम महाराष्ट्रातील महापालिकांचे राजकारण' या विषयाचा सखोल अभ्यास करून पुणे विद्यापीठातर्फे पीएच.डी. ही पदवी प्राप्त केली.

अखिल भारतीय मराठा शिक्षण परिषदेचे श्री. शाहू मंदिर महाविद्यालय, पर्वती, पुणे येथे सध्या राज्यशास्त्र व लोकप्रशासन या विषयाच्या विभागप्रमुख म्हणून या कार्यरत आहेत. 'महाराष्ट्राचे राजकारण : राजकीय प्रक्रियेचे स्थानिक संदर्भ' या संदर्भ पुस्तकात 'पश्चिम महाराष्ट्रातील महापालिकांचे राजकारण' या विषयावर लेख. 'वसा यशवंतरावांचा, वारसा शरदरावांचा' या पुस्तकात 'शहरी विकासाचे राजकारण' या विषयावर लेख. समाजप्रबोधन पत्रिका, पुरोगामी सत्यशोधक व परिवर्तनाचा वाटसरू या मासिकांमध्ये निवडणूकविषयक लेख प्रसिद्ध झाले आहेत.

महाराष्ट्र विधानसभा पातळीवरील महिला नेतृत्वाचा अभ्यास हा बीसीयूडी, पुणे विद्यापीठ यांच्या सहकार्याने मायनर संशोधन प्रकल्प पूर्ण केला आहे.